First Edition published Jan 2026 by Gurdwara Guru Nanak Mission Centre.
Guru Nanak Street, Brampton, ON L6R 2H8, Canada.
Website: **gurdwaragurunanakmissioncentre.ca**
Contact: **service@ggnmc.ca**
v0.2

ਪਾਤਸ਼ਾਹੀ ਦਾਵ੍ਹਾ

ਪਛਾਣ, ਇਤਿਹਾਸ, ਫਲਸਫਾ

ਗੁਰਦੁਆਰਾ ਗੁਰੂ ਨਾਨਕ ਮਿਸ਼ਨ ਸੈਂਟਰ
ਗੁਰੂ ਨਾਨਕ ਸਟ੍ਰੀਟ, ਬਰੈਂਪਟਨ, L6R 2H8, ਕੈਨੇਡਾ।

Contents

ਅਰੰਭ

ਸਿੱਖ ਸ਼ਬਦ ਦਾ ਅਰਥ ਹੈ ਜੋ ਸਿੱਖਦਾ ਹੈ। ਸਿੱਖ ਅਪਨੇ ਧਰਮ ਦੇ ਵਿਦਿਆਰਥੀ ਅਤੇ ਪੈਰੋਕਾਰ ਹਨ। ਉਹ ਦੱਖਣੀ ਏਸ਼ੀਆ ਵਿੱਚ ਪ੍ਰਾਚੀਨ ਸਿੰਧੂ ਘਾਟੀ ਸਭਿਅਤਾ - ਮੂਲ ਚਾਰ ਪ੍ਰਾਚੀਨ ਸਭਿਅਤਾਵਾਂ ਵਿੱਚੋਂ ਇੱਕ - ਦੇ ਸਿੱਧੇ ਵੰਸ਼ਜ ਹਨ।

ਸਿੱਖ ਧਰਮ ਸਮਾਂ ਦਾ ਪਰਖਿਆ, ਯੁੱਧ ਵਿੱਚ ਪਰਖਿਆ, ਅਤੇ ਸਾਬਤ ਹੋਇਆ ਫਲਸਫਾ ਹੈ ਜੋ ਅੱਜ ਦੁਨੀਆ ਭਰ ਵਿੱਚ ਆਪਣੇ 2-5 ਕਰੋੜ ਉੱਦਮੀ ਅਤੇ ਅਗਾਂਹਵਧੂ ਪੈਰੋਕਾਰਾਂ ਦੀ ਅਗਵਾਈ ਕਰਦਾ ਹੈ।

ਸਿੱਖਾਂ ਨੇ ਦੋ ਵਾਰ ਆਪਣਾ ਰਾਜ ਸਥਾਪਿਤ ਕੀਤਾ - 1710-1715 ਅਤੇ 1799-1849। ਇਤਿਹਾਸਕਾਰਾਂ ਦੁਆਰਾ ਸਿੱਖ ਰਾਜਾਂ ਨੂੰ ਪਰਉਪਕਾਰੀ, ਨਿਆਂਪੂਰਨ, ਅਤੇ ਪ੍ਰਗਤੀਸ਼ੀਲ ਰਾਜ ਮੰਨਿਆ ਜਾਂਦਾ ਹੈ।

ਇਹ ਕਿਤਾਬ ਸਿੱਖ ਪਛਾਣ ਬਾਰੇ ਹੈ। ਉਹਨਾਂ ਦੀ ਪਛਾਣ ਸਿੱਖ (ਜਾਤੀ-ਧਾਰਮਿਕ/ethno-religious), ਅਤੇ ਪੰਜਾਬੀ (ਖੇਤਰੀ, ਸੱਭਿਆਚਾਰਕ, ਸਭਿਅਤਾ ਅਤੇ ਭਾਸ਼ਾਈ) ਹੈ। ਸਿੱਖ ਭਾਰਤੀ ਨਹੀਂ ਹਨ। ਕੈਨੇਡਾ ਦੇ ਸਾਬਕਾ ਪ੍ਰਧਾਨ ਮੰਤਰੀ ਜਸਟਿਨ ਟਰੂਡੋ ਨੇ ਪੰਜਾਬੀ ਗਾਇਕ ਦਿਲਜੀਤ ਦੋਸਾਂਝ ਦੇ ਇੱਕ ਸਮਾਰੋਹ ਵਿੱਚ ਕਿਹਾ, "ਪੰਜਾਬ ਦਾ ਇੱਕ ਮੁੰਡਾ ਇਤਿਹਾਸ ਰਚ ਸਕਦਾ ਹੈ ਅਤੇ ਸਟੇਡੀਅਮ ਭਰ ਸਕਦਾ ਹੈ।" ਜੇ ਸਾਬਕਾ ਕੈਨੇਡੀਅਨ ਪ੍ਰਧਾਨ ਮੰਤਰੀ ਪੰਜਾਬ ਦੀ ਵੱਖਰੀ ਪਛਾਣ ਸਮਝ ਦੇ ਹਨ, ਤਾਂ ਤੁਹਾਨੂੰ ਵੀ ਸਿੱਖ ਤੇ ਪੰਜਾਬ ਦੀ ਵੱਖਰੀ ਪਛਾਣ ਸਮਝਨੀ ਚਾਹੀਦਾ ਹੈ।

ਇਹ ਕਿਤਾਬ ਸਿੱਖ ਇਤਿਹਾਸ ਬਾਰੇ ਹੈ: ਸਿੱਖ ਧਰਮ ਦੀ ਸਥਾਪਨਾ ਤੋਂ ਲੈ ਕੇ, ਉਨ੍ਹਾਂ ਦੇ ਦੋ ਸਿੱਖ ਰਾਜ, ਅਤੇ ਭਾਰਤ ਹੇਠ ਗਿਰਾਵਟ।

ਇਹ ਕਿਤਾਬ ਦੁਨੀਆਂ ਦੇ ਪੰਜਵੇਂ ਸਭ ਤੋਂ ਵੱਡੇ ਧਰਮ ਦੇ ਸਿੱਖ ਫ਼ਲਸਫ਼ੇ (ਸਿੱਖੀ) ਬਾਰੇ ਹੈ।

ਇਸ ਕਿਤਾਬ ਦਾ ਉਦੇਸ਼ ਇੱਕ ਵਿਆਪਕ ਕਿਤਾਬ ਜਾਂ ਅਕਾਦਮਿਕ ਭਾਸ਼ਣ ਨਹੀਂ ਹੈ। ਇਹ ਨਵੇਂ ਪਹਿਲੂਆਂ ਨੂੰ ਉਜਾਗਰ ਨਹੀਂ ਕਰਦੀ। ਇਹ ਸਿੱਖਾਂ ਦੇ ਪਾਤਸ਼ਾਹੀ ਦਾਵੇ ਬਾਰੇ ਹੈ - ਉਹਨਾਂ ਦੀ ਪਛਾਣ, ਇਤਿਹਾਸ ਅਤੇ ਫਲਸਫੇ ਬਾਰੇ।

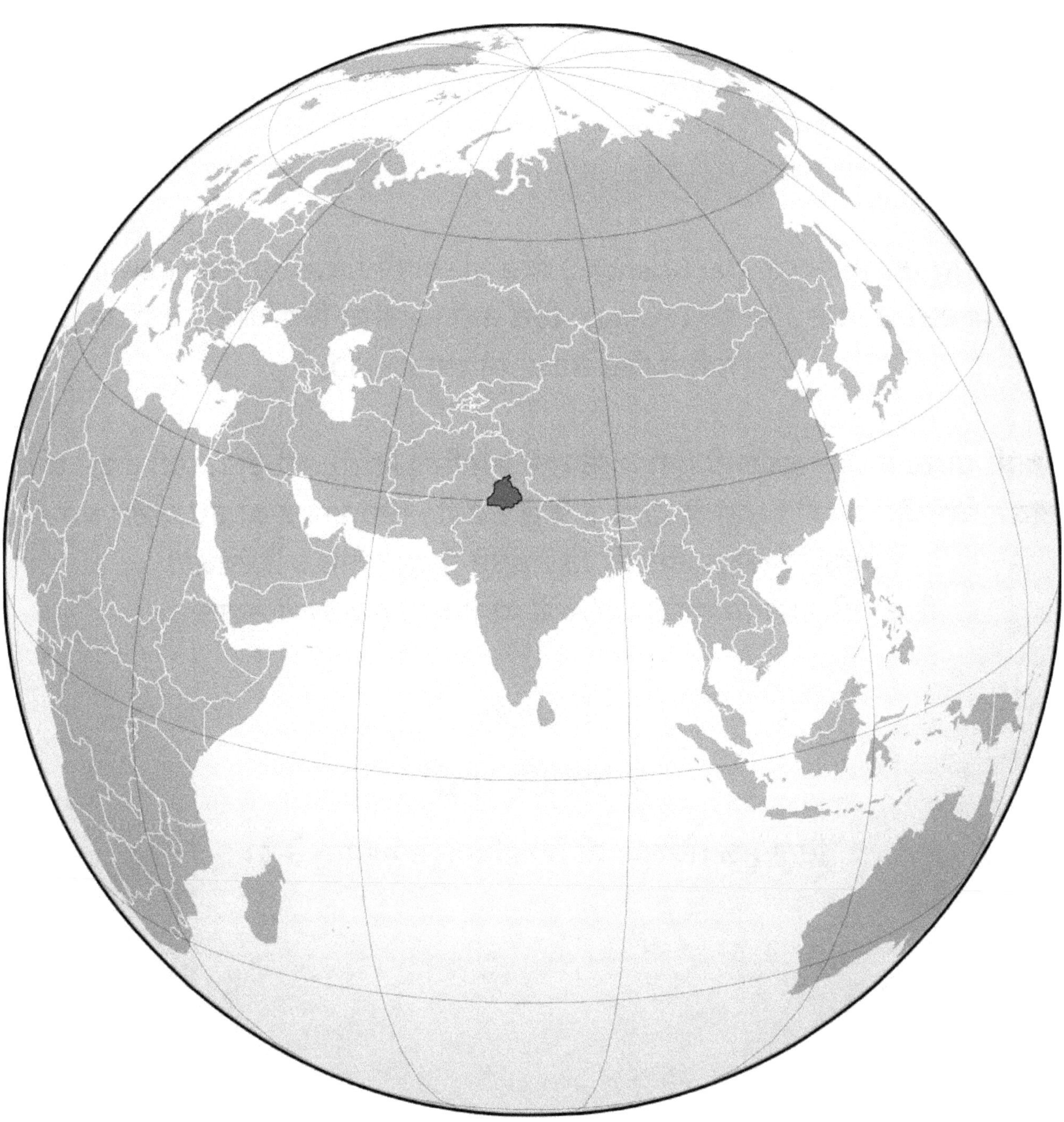

ਪੰਜਾਬ: ਸਿੱਖਾਂ ਦਾ ਘਰ

''ਸਮਾਜਿਕ ਵਿਗਿਆਨ (Social Sciences) ਵਿੱਚ ਬੁਨਿਆਦੀ ਸੰਕਲਪ ਤਾਕਤ (Power) ਹੈ।''
(ਬਰਟਰੈਂਡ ਰਸਲ, 'ਤਾਕਤ (Power): ਇੱਕ ਨਵਾਂ ਸਮਾਜਿਕ ਵਿਸ਼ਲੇਸ਼ਣ', ਪੰਨਾ 26)
(ਸਾਹਿਤ ਵਿੱਚ ਨੋਬਲ ਪੁਰਸਕਾਰ 1950)

ਅਸੀਂ ਤਾਕਤ ਬਾਰੇ ਜਾਣਨ ਲਈ ਧਰਮ ਅਤੇ ਸਾਰੇ ਸਮਾਜਿਕ ਵਿਗਿਆਨਾਂ ਦੀ ਪੜ੍ਹਾਈ ਕਰਦੇ ਹਾਂ।
ਤਾਕਤ ਕਿਸ ਕੋਲ ਹੋਵੇਗੀ? ਉਨ੍ਹਾਂ ਕੋਲ ਤਾਕਤ ਕਿਉਂ ਹੋਵੇਗੀ? ਇਹ ਤਾਕਤ ਕੀ ਰੂਪ ਧਾਰਨ ਕਰੇਗੀ?
ਦੁਰਵਰਤੋਂ ਨੂੰ ਰੋਕਨ ਲਈ ਕਿਹੜੇ ਸਮਝੌਤੇ ਹੋਣਗੇ? ਇਹ ਕਦੋਂ ਹੋਵੇਗਾ?
ਇਹ ਸਾਰੇ ਸਮਾਜਿਕ ਵਿਗਿਆਨਾਂ ਅਤੇ ਧਰਮ ਲਈ ਬੁਨਿਆਦੀ ਸਵਾਲ ਹਨ।

ਸਿੱਖਾਂ ਦਾ

ਪਾਤਸ਼ਾਹੀ ਦਾਵਾ

ਇਨ੍ਹਾਂ ਮੂਲ ਸੰਕਲਪਾਂ ਦੀ ਵਿਆਖਿਆ ਦੇ ਆਧਾਰ ਤੇ ਹੈ।

ਭਾਗ 1

ਸਿੱਖ ਪਛਾਣ

ਪਾਠ 1

ਸਿੱਖ ਕੌਣ ਹਨ?

- ਸਿੱਖ ਸ਼ਬਦ ਦਾ ਅਰਥ ਹੈ ਜੋ ਸਿੱਖਦਾ ਹੈ। ਸਿੱਖ ਅਪਨੇ ਧਰਮ ਦੇ ਵਿਦਿਆਰਥੀ ਅਤੇ ਪੈਰੋਕਾਰ ਹਨ।
- ਸਿੱਖ ਗੁਰੂ ਨਾਨਕ (1469-1539) ਅਤੇ ਉਸ ਤੋਂ ਬਾਅਦ ਦੇ ਨੌਂ ਗੁਰੂਆਂ ਦੇ ਫਲਸਫੇ ਜੋ ਗ੍ਰੰਥ ਗੁਰੂ ਗ੍ਰੰਥ ਸਾਹਿਬ ਵਿੱਚ ਦਰਜ ਹੈ ਦੇ ਵਿਦਿਆਰਥੀ ਅਤੇ ਅਨੁਯਾਈ (followers) ਹਨ।
- ਇਹ ਇੱਕ ਚੰਗੀ ਤਰ੍ਹਾਂ ਪਰਿਭਾਸ਼ਿਤ (well-defined) ਅਤੇ ਲਿਖਤੀ ਫਲਸਫਾ ਹੈ। ਸਿੱਖਾਂ ਦਾ ਗ੍ਰੰਥ ਗੁਰੂ ਗ੍ਰੰਥ ਸਾਹਿਬ ਸਿੱਖ ਗੁਰੂਆਂ ਦੁਆਰਾ ਖੁਦ ਲਿਖਿਆ ਅਤੇ ਸੰਕਲਿਤ ਕੀਤਾ ਗਿਆ ਸੀ। ਇਹ ਮੌਖਿਕ ਪਰੰਪਰਾਵਾਂ (oral traditions) ਤੇ ਨਿਰਭਰ ਨਹੀਂ ਕਰਦਾ ਹੈ ਅਤੇ ਇਸ ਵਿੱਚ ਕੋਈ ਅਸਪਸ਼ਟ ਵਿਆਖਿਆਵਾਂ (ambiguous interpretations) ਨਹੀਂ ਹਨ।
- ਸਿੱਖ ਧਰਮ 2-5 ਕਰੋੜ ਅਨੁਯਾਈਆਂ (followers) ਵਾਲਾ ਵਿਸ਼ਵ ਦਾ ਪੰਜਵਾਂ ਸਭ ਤੋਂ ਵੱਡਾ ਧਰਮ ਹੈ।
- ਸਿੱਖ 3000 ਸਾਲ ਪੁਰਾਣੀ ਸਿੰਧੂ ਘਾਟੀ ਦੀ ਸਭਿਅਤਾ ਦੇ ਵੰਸ਼ਜ ਹਨ, ਜੋ ਮੂਲ ਚਾਰ ਪ੍ਰਾਚੀਨ ਸਭਿਅਤਾਵਾਂ (ਮਿਸਰ (Egypt), ਮੇਸੋਪੋਟੇਮੀਅਨ (Mesopotamia), ਚੀਨੀ, ਅਤੇ ਸਿੰਧੂ ਘਾਟੀ) ਵਿੱਚੋਂ ਇੱਕ ਹੈ।
- ਸਿੱਖ ਧਰਮ ਸਿੰਧੂ ਘਾਟੀ ਦੀ ਸਭਿਅਤਾ ਦੇ ਲੋਕਾਂ ਦਾ ਇੱਕੋ ਇੱਕ ਘਰੇਲੂ ਫਲਸਫਾ ਹੈ।
- ਸਿੰਧੂ ਘਾਟੀ ਦੀ ਸਭਿਅਤਾ ਦੇ ਲੋਕਾਂ ਦਾ ਸੁਨਹਿਰੀ ਯੁੱਗ ਮਹਾਰਾਜਾ ਰਣਜੀਤ ਸਿੰਘ ਦੇ ਦੂਜੇ ਸਿੱਖ ਰਾਜ ਵੇਲੇ ਸੀ।
- ਸਿੱਖ ਭਾਰਤੀ ਨਹੀਂ ਹਨ। ਜਿਵੇਂ ਯਹੂਦੀ ਅਰਬ ਨਹੀਂ ਹਨ, ਕੋਰੀਅਨ ਚੀਨੀ ਨਹੀਂ ਹਨ, ਸਿੱਖ ਭਾਰਤੀ ਨਹੀਂ ਹਨ।
- ਸਿੱਖ ਦੀ ਪਛਾਣ ਸਿੱਖ (ਜਾਤੀ-ਧਾਰਮਿਕ/ethno-religious), ਅਤੇ ਪੰਜਾਬੀ (ਖੇਤਰੀ, ਸੱਭਿਆਚਾਰਕ, ਸੱਭਿਅਤਾ ਅਤੇ ਭਾਸ਼ਾਈ) ਹੈ।

ਸਿੱਖ ਦੀ ਪਛਾਣ ਸਿੱਖ (ਜਾਤੀ-ਧਾਰਮਿਕ/ethno-religious), ਅਤੇ ਪੰਜਾਬੀ (ਖੇਤਰੀ, ਸੱਭਿਆਚਾਰਕ, ਸੱਭਿਅਤਾ ਅਤੇ ਭਾਸ਼ਾਈ) ਹੈ।
ਸਿੱਖ 3000 ਸਾਲ ਪੁਰਾਣੀ ਸਿੰਧੂ ਘਾਟੀ ਦੀ ਸਭਿਅਤਾ ਦੇ ਵੰਸ਼ਜ ਹਨ।
ਸਿੱਖ ਭਾਰਤੀ ਨਹੀਂ ਹਨ।

ਸਿੱਖ ਧਰਮ ਦਾ ਜਨਮ ਸਥਾਨ।
2018 ਤੋਂ ਪਹਿਲਾਂ ਦਾ ਗੁਰਦੁਆਰਾ ਕਰਤਾਰਪੁਰ ਸਾਹਿਬ।
ਗੁਰੂ ਨਾਨਕ ਨੇ ਆਪਣੇ ਜੀਵਨ ਦੇ ਆਖ਼ਰੀ ਦਿਨ ਇੱਥੇ ਹੀ ਇਨ੍ਹਾਂ ਜ਼ਮੀਨਾਂ ਦੀ ਖੇਤੀ ਕਰਦਿਆਂ ਬਿਤਾਏ।
ਉੱਪਰ ਸੱਜੇ ਪਾਸੇ ਰਾਵੀ ਨਦੀ ਹੈ ਜੋ ਸਿੰਧ ਦਰਿਆ ਵਿੱਚ ਵਹਿ ਜਾਂਦੀ ਹੈ।
ਇਹ ਪ੍ਰਾਚੀਨ ਸਿੰਧੂ ਘਾਟੀ ਸਭਿਅਤਾ ਵਿੱਚ ਹੈ।

ਪਾਠ 2

ਸਿੰਧੂ ਘਾਟੀ ਸਭਿਅਤਾ

- ਸਿੰਧੂ ਘਾਟੀ ਦੀ ਸਭਿਅਤਾ ਮੂਲ ਚਾਰ ਪ੍ਰਾਚੀਨ ਸਭਿਅਤਾਵਾਂ ਵਿੱਚੋਂ ਇੱਕ ਹੈ - ਮਿਸਰੀ (Egyptian), ਮੇਸੋਪੋਟੇਮੀਅਨ, ਚੀਨੀ, ਅਤੇ ਸਿੰਧੂ ਘਾਟੀ।
- ਸਿੰਧੂ (Indus) ਘਾਟੀ ਭਾਰਤ/ਇੰਡੀਆ ਨਹੀਂ ਹੈ, ਅਤੇ ਭਾਰਤ/ਇੰਡੀਆ ਸਿੰਧੂ ਘਾਟੀ ਨਹੀਂ ਹੈ। ਇਹ ਗੈਰ-ਸੰਬੰਧਿਤ ਹਨ। ਇੰਡੀਆ ਸ਼ਬਦ ਸਿੰਧੂ ਘਾਟੀ ਦੀ ਸਭਿਅਤਾ ਤੋਂ ਨਹੀਂ ਆਇਆ ਹੈ ਜਿਵੇਂ ਕਿ ਪ੍ਰਸਿੱਧ ਮੰਨਿਆ ਜਾਂਦਾ ਹੈ। ਇੰਡੀਆ ਸ਼ਬਦ ਯੂਰਪੀਅਨ ਖੋਜਕਰਤਾਵਾਂ ਦੁਆਰਾ ਸਾਰੇ ਮੂਲ ਨਿਵਾਸੀਆਂ ਲਈ ਵਰਤਿਆ ਜਾਂਦਾ ਹੈ: ਅਮਰੀਕਨ ਇੰਡੀਅਨਜ਼, ਮਾਯਾਨ ਇੰਡੀਅਨਜ਼ ਆਦਿ। ਉਹਨਾਂ ਨੇ ਇਸਦੀ ਵਰਤੋਂ ਸਾਰੇ ਮੂਲ ਨਿਵਾਸੀ ਲਈ ਕੀਤੀ ਹੈ, ਜਿਵੇਂ ਕਿ ਵੈਸਟ ਇੰਡੀਜ਼ ਅਤੇ ਈਸਟ ਇੰਡੀਜ਼।
- ਭਾਰਤ/ਇੰਡੀਆ ਇੱਕ 77 ਸਾਲ ਪੁਰਾਣਾ 'ਸਾਫਟ ਸਟੇਟ' (Soft State) (ਬਰਨਾਰਡ ਡੀ. ਨੋਸਿਟਰ, 1970) ਹੈ ਜੋ ਬ੍ਰਿਟਿਸ਼ ਦੁਆਰਾ ਬਣਾਇਆ ਗਿਆ ਸੀ ਜਦੋਂ ਉਹ 1947 ਵਿੱਚ ਦੱਖਣੀ ਏਸ਼ੀਆ ਛੱਡ ਰਹੇ ਸਨ। ਉਹਨਾਂ ਨੇ ਬ੍ਰਿਟਿਸ਼ ਸਾਮਰਾਜ ਵਿੱਚ ਵਿਭਿੰਨ ਸਮੂਹਾਂ ਨੂੰ ਇਕੱਠਾ ਕੀਤਾ ਸੀ। ਅੰਗਰੇਜ਼ਾਂ ਲਈ ਨਸਲ, ਸੰਸਕ੍ਰਿਤੀ, ਧਰਮ ਘੱਟ ਮਾਇਨੇ ਰੱਖਦੇ ਸਨ। ਉਹ ਸਿਰਫ਼ ਵਸੀਲਿਆਂ ਅਤੇ ਮੰਡੀ ਵਿੱਚ ਦਿਲਚਸਪੀ ਰੱਖਦੇ ਸਨ।
- ਇੰਡੀਆ ਦਾ ਇਤਿਹਾਸਕ ਅਤੇ ਸਹੀ ਨਾਮ 'ਭਾਰਤ' ਜਾਂ 'ਹਿੰਦ' ਜਾਂ 'ਹਿੰਦੁਸਤਾਨ' ਹੈ। ਸਿੰਧੂ ਘਾਟੀ 3000 ਸਾਲ ਪੁਰਾਣੀ ਸਭਿਅਤਾ ਹੈ ਜਿਸਦੀ ਆਪਣੀ ਪੂਰੀ ਤਰ੍ਹਾਂ ਵੱਖਰੀ ਸੰਸਕ੍ਰਿਤੀ, ਨਸਲ, ਕਦਰਾਂ-ਕੀਮਤਾਂ, ਧਰਮ, ਮਾਨਸਿਕਤਾ, ਭੋਜਨ, ਭਾਸ਼ਾ ਅਤੇ ਇਤਿਹਾਸ ਹੈ।
- ਸਿੱਖ ਧਰਮ ਸਿੰਧੂ ਘਾਟੀ ਦੀ ਸਭਿਅਤਾ ਦੇ ਲੋਕਾਂ ਦਾ ਇੱਕੋ ਇੱਕ ਘਰੇਲੂ ਫਲਸਫਾ ਹੈ।
- ਸਰਹਿੰਦ ਸ਼ਹਿਰ (ਹਿੰਦ ਦਾ ਸਿਰ ਜਾਂ ਗੇਟਵੇ/ਸਰਹੱਦ) ਸਿੰਧੂ ਘਾਟੀ ਦੀ ਸਭਿਅਤਾ ਅਤੇ ਹਿੰਦ/ਹਿੰਦੁਸਤਾਨ ਵਿਚਕਾਰ ਸੀਮਾ ਸੀ। ਸਰਹਿੰਦ ਦਾ ਨਾਮ ਹੁਣ ਫਤਹਿਗੜ੍ਹ ਸਾਹਿਬ ਰੱਖ ਦਿੱਤਾ ਗਿਆ ਹੈ ਕਿਉਂਕਿ ਮਈ 1710 ਨੂੰ ਸਿੱਖ ਜਰਨੈਲ ਬੰਦਾ ਸਿੰਘ ਬਹਾਦਰ ਦੁਆਰਾ ਇਸ ਨੂੰ ਫਤਹਿ ਕੀਤਾ ਗਿਆ ਸੀ।
- ਸਭਿਅਤਾ ਦੇ ਪ੍ਰਸਿੱਧ ਸ਼ਹਿਰ ਮੋਹਨਜੋ-ਦਾਰੋ ਅਤੇ ਹੜੱਪਾ ਸਨ।
- ਸਿੰਧੂ ਘਾਟੀ ਦੀ ਸਭਿਅਤਾ ਅਤੇ ਭਾਰਤ/ਇੰਡੀਆ ਵਿੱਚ ਕੁਝ ਵੀ ਸਾਂਝਾ ਨਹੀਂ ਹੈ। ਉਹਨਾਂ ਵਿੱਚ ਆਲੂ ਅਤੇ ਭਾਲੂ ਵਰਗੀ ਸਮਾਨਤਾ ਹੈ। ਸੰਖੇਪ ਵਿੱਚ, ਕੁਝ ਵੀ ਸਾਂਝਾ ਨਹੀਂ ਹੈ।
- ਜਿਸਨੂੰ 1947 ਵਿੱਚ ਭਾਰਤ/ਇੰਡੀਆ ਦੀ ਵੰਡ ਕਿਹਾ ਜਾਂਦਾ ਹੈ ਸਿੰਧੂ ਘਾਟੀ ਸਭਿਅਤਾ ਦੀ ਵੰਡ ਸੀ। ਪੱਛਮੀ ਹਿੱਸੇ ਨੂੰ ਪਾਕਿਸਤਾਨ ਦੁਆਰਾ ਲਹਿੰਦਾ ਪੰਜਾਬ (West Punjab) ਵਜੋਂ ਲੀਨ ਕੀਤਾ ਗਿਆ ਸੀ।

ਪੂਰਬੀ ਹਿੱਸੇ ਨੂੰ ਹਿੰਦ/ਹਿੰਦੁਸਤਾਨ ਦੁਆਰਾ ਭਾਰਤ ਵਿੱਚ ਚੜ੍ਹਦਾ ਪੰਜਾਬ (East Punjab) ਦੇ ਰੂਪ ਵਿੱਚ ਲੀਨ ਕੀਤਾ ਗਿਆ ਸੀ।

ਸਿੰਧੂ ਘਾਟੀ ਸਭਿਅਤਾ ਦਾ ਨਕਸ਼ਾ।
ਸਿੰਧ ਨਦੀ ਅਤੇ ਇਸ ਦੀਆਂ ਸਹਾਇਕ ਨਦੀਆਂ ਵੀ ਦਿਖਾਈਆਂ ਗਈਆਂ।

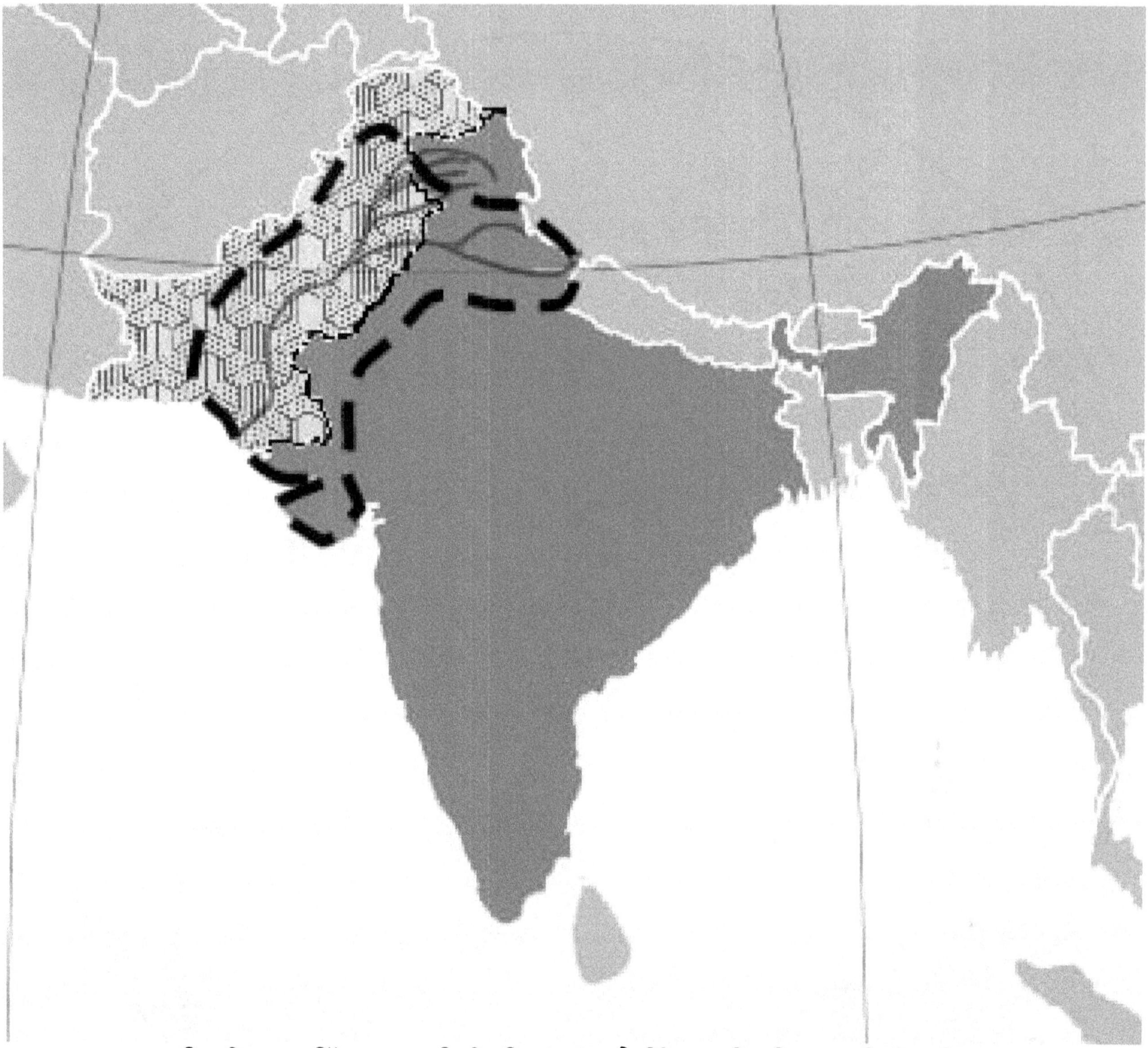

ਜਿਸਨੂੰ 1947 ਵਿੱਚ ਭਾਰਤ ਦੀ ਵੰਡ ਕਿਹਾ ਜਾਂਦਾ ਹੈ ਸਿੰਧੂ ਘਾਟੀ ਸਭਿਅਤਾ ਦੀ ਵੰਡ ਸੀ।
ਪੱਛਮੀ ਹਿੱਸੇ ਨੂੰ ਪਾਕਿਸਤਾਨ ਦੁਆਰਾ ਲਹਿੰਦਾ ਪੰਜਾਬ (West Punjab) ਵਜੋਂ ਲੀਨ ਕੀਤਾ ਗਿਆ ਸੀ।
ਪੂਰਬੀ ਹਿੱਸੇ ਨੂੰ ਹਿੰਦ/ਹਿੰਦੁਸਤਾਨ ਦੁਆਰਾ ਭਾਰਤ ਵਿੱਚ ਚੜ੍ਹਦਾ ਪੰਜਾਬ (East Punjab) ਦੇ ਰੂਪ ਵਿੱਚ ਲੀਨ ਕੀਤਾ ਗਿਆ ਸੀ।

ਪਾਠ 3

ਸਿੱਖ ਸਾਜ

- ਸਿੱਖਾਂ ਦੇ ਆਪਣੇ ਵਿਲੱਖਣ ਸੰਗੀਤ ਸਾਜ (Music Instruments) ਹਨ। ਇਹ ਹਨ ਰਬਾਬ, ਸਰੰਦਾ, ਤਾਊਸ, ਦਿਲਰੁਬਾ, ਤੇ ਜੋੜੀ।
- ਰਬਾਬ ਪਹਿਲਾ ਵਿਲੱਖਣ ਸਿੱਖ ਸਾਜ ਸੀ ਜੋ ਗੁਰੂ ਨਾਨਕ ਨਾਲ ਮਰਦਾਨੇ ਦੁਆਰਾ ਵਰਤਿਆ ਗਿਆ ਸੀ। ਰਬਾਬ ਪਹਿਲੇ ਵੀ ਮੱਧ ਏਸ਼ੀਆ ਵਿੱਚ ਕਈ ਰੂਪਾਂ ਵਿੱਚ ਵਰਤਿਆ ਜਾਂਦਾ ਸੀ। ਭਾਈ ਫਿਰੰਦਾ ਨੇ ਗੁਰੂ ਨਾਨਕ ਲਈ ਇੱਕ ਵਿਸ਼ੇਸ਼ ਰਬਾਬ ਬਣਾਈ ਜੋ ਮਰਦਾਨਾ ਵਲੋਂ ਬਜਾਈ ਜਾਂਦੀ ਸੀ।। ਸ਼ਬਦ ਉਚਾਰਨ ਕਰਨ ਵਾਲਿਆਂ ਨੂੰ ਰਬਾਬੀ ਵੀ ਕਿਹਾ ਜਾਂਦਾ ਹੈ।

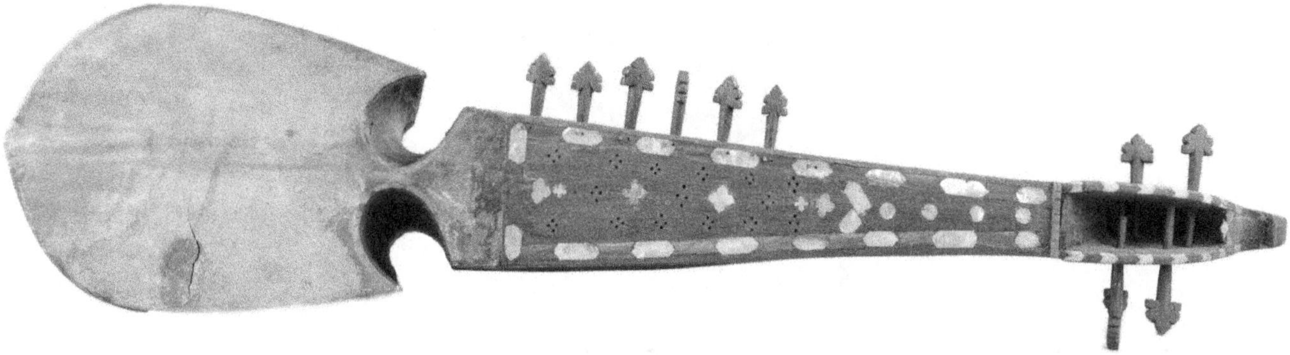

ਰਬਾਬ

- ਸਰੰਦਾ ਇੱਕ ਵਿਲੱਖਣ ਸਿੱਖ ਸੰਗੀਤ ਸਾਜ਼ ਹੈ। ਇਹ ਪੰਜਵੇਂ ਸਿੱਖ ਗੁਰੂ ਅਰਜਨ ਦੁਆਰਾ ਬਣਾਇਆ ਗਿਆ ਸੀ। ਪਹਿਲਾਂ ਵੀ ਇਸ ਤਰ੍ਹਾਂ ਦੇ ਸੰਗੀਤ ਯੰਤਰ ਸਨ ਪਰ ਇਸ ਨੂੰ ਗੁਰੂ ਅਰਜਨ ਦੁਆਰਾ ਅਪਣਾਇਆ ਅਤੇ ਵਰਤਿਆ ਗਿਆ।

ਸਰੰਦਾ

- ਤਾਊਸ ਨੂੰ ਗੁਰੂ ਗੋਬਿੰਦ ਸਿੰਘ ਨੇ ਬਨਾਇਆ ਸੀ। ਇਹ ਇੱਕ ਮੋਰ ਦੀ ਸ਼ਕਲ ਵਿੱਚ ਇੱਕ ਵੱਡਾ ਤਾਰ ਵਾਲਾ ਸਾਜ਼ ਹੈ।

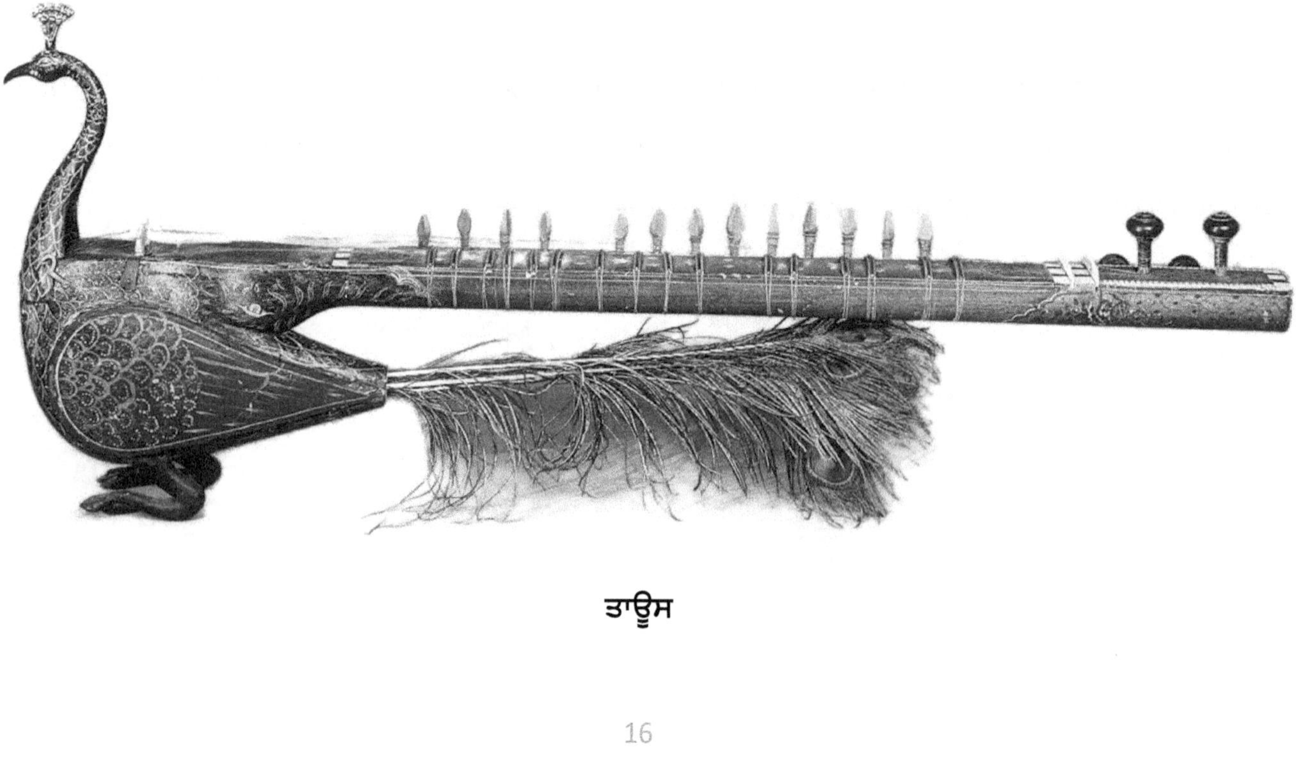

ਤਾਊਸ

- ਦਿਲਰੁਬਾ ਇੱਕ ਛੋਟਾ ਤਾਊਸ ਹੈ। ਇਸ ਨੂੰ ਗੁਰੂ ਗੋਬਿੰਦ ਸਿੰਘ ਦੁਆਰਾ ਬਣਾਇਆ ਸੀ ਕਿਉਂਕਿ ਇਹ ਚੁੱਕਣਾ ਆਸਾਨ ਹੈ। ਉਹ ਇੱਕੋ ਜਿਹੇ ਦਿਖਾਈ ਦਿੰਦੇ ਹਨ। ਸਭ ਤੋਂ ਵੱਡਾ ਅੰਤਰ ਦਿਲਰੁਬਾ ਦਾ ਛੋਟਾ ਆਕਾਰ ਅਤੇ ਸਾਦਗੀ ਹੈ। ਇਸ ਨੂੰ ਦਿਲਰੁਬਾ ਕਿਹਾ ਜਾਂਦਾ ਸੀ ਕਿਉਂਕਿ ਇਸ ਨੇ ਲੋਕਾਂ ਦੇ ਦਿਲ ਜਿੱਤ ਲਏ ਸਨ।
- ਜੋੜੀ ਛੋਟੇ ਢੋਲ ਦੀ ਇੱਕ ਜੋੜਾ ਹਨ।
- ਹਾਰਮੋਨੀਅਮ ਸਿੱਖ ਸੰਗੀਤ ਪਰੰਪਰਾ ਵਿੱਚ ਨਵਾਂ ਹੈ। ਇਸ ਦੀ ਖੋਜ ਫਰਾਂਸ ਵਿੱਚ 1842 ਵਿੱਚ ਕੀਤੀ ਗਈ ਸੀ ਅਤੇ ਦੱਖਣੀ ਏਸ਼ੀਆ ਵਿੱਚ ਲਿਆਂਦਾ ਗਿਆ ਸੀ। ਇਸ ਨੂੰ ਅਪਣਾਇਆ ਗਿਆ ਕਿਉਂਕਿ ਇਹ ਬਜਾਨਾ ਆਸਾਨ ਹੈ।

ਜੋੜੀ

- ਹਾਰਮੋਨੀਅਮ ਸਿੱਖ ਸੰਗੀਤ ਪਰੰਪਰਾ ਵਿੱਚ ਨਵਾਂ ਹੈ। ਇਸ ਦੀ ਖੋਜ ਫਰਾਂਸ ਵਿੱਚ 1842 ਵਿੱਚ ਕੀਤੀ ਗਈ ਸੀ ਅਤੇ ਦੱਖਣੀ ਏਸ਼ੀਆ ਵਿੱਚ ਲਿਆਂਦਾ ਗਿਆ ਸੀ। ਇਸ ਨੂੰ ਅਪਣਾਇਆ ਗਿਆ ਕਿਉਂਕਿ ਇਹ ਬਜਾਨਾ ਆਸਾਨ ਹੈ।

ਭਾਗ 2

ਸਿੱਖ ਇਤਿਹਾਸ

ਪਾਠ 4

ਗੁਰੂ ਨਾਨਕ ਤੋਂ ਪਹਿਲਾਂ ਦੱਖਣੀ ਏਸ਼ੀਆ

ਫ੍ਰਾਂਸਿਸਕੋ ਪੇਲਸਾਰਟ ਇੱਕ ਪੁਰਤਗਾਲੀ ਸੀ ਜਿਸਨੂੰ 1600 ਦੇ ਆਸ-ਪਾਸ ਅੱਜ ਦੇ ਦੱਖਣੀ ਏਸ਼ੀਆ ਵਿੱਚ ਵਪਾਰਕ ਮੌਕਿਆਂ ਦੀ ਪੜਚੋਲ ਕਰਨ ਲਈ ਭੇਜਿਆ ਗਿਆ ਸੀ। ਉਸ ਨੇ ਉਸ ਸਮੇਂ ਉਥੋਂ ਦੀਆਂ ਸਥਿਤੀਆਂ ਬਾਰੇ ਲਿਖਿਆ ਜਦੋਂ ਦੱਖਣੀ ਏਸ਼ੀਆ ਦੇ ਜ਼ਿਆਦਾਤਰ ਹਿੱਸੇ ਤੇ ਮੁਗਲ ਬਾਦਸ਼ਾਹ ਜਹਾਂਗੀਰ (1569-1627) ਦਾ ਰਾਜ ਸੀ। (Francisco Pelsaert, 1925)

ਫ੍ਰਾਂਸਿਸਕੋ ਨੇ ਲੋਕਾਂ ਨੂੰ ਸੱਭਿਆਚਾਰਕ ਤੌਰ ਤੇ ਕਮਜ਼ੋਰ ਦੱਸਿਆ, ਅਤੇ ਉਨ੍ਹਾਂ ਦੇ ਦਿਮਾਗ ਅੰਧਵਿਸ਼ਵਾਸ ਅਤੇ ਝੂਠੇ ਵਿਸ਼ਵਾਸਾਂ ਨਾਲ ਭਰੇ ਹੋਏ ਸਨ। ਗਵਰਨਰ ਅਤੇ ਸਥਾਨਕ ਪ੍ਰਸ਼ਾਸਕ ਭ੍ਰਿਸ਼ਟ ਸਨ ਅਤੇ ਸਿਰਫ ਆਪਣੇ ਮਾਲਕਾਂ ਦੀ ਸੇਵਾ ਕਰਨ, ਜਨਤਾ ਨੂੰ ਦਬਾਉਣ, ਅਤੇ ਸਰਦਾਰੀ ਦੀਆਂ ਖੁਸ਼ੀਆਂ ਵਿੱਚ ਦਿਲਚਸਪੀ ਰੱਖਦੇ ਸਨ।

ਉਸਨੇ ਲਿਖਿਆ: "ਜ਼ਮੀਨ ਇੱਕ ਭਰਪੂਰ, ਜਾਂ ਇੱਥੋਂ ਤੱਕ ਕਿ ਇੱਕ ਅਸਾਧਾਰਣ ਉਪਜ ਵੀ ਦੇ ਸਕਦੀ ਹੈ, ਜੇਕਰ ਕਿਸਾਨ ਤੇ ਇੰਨੇ ਬੇਰਹਿਮੀ ਨਾਲ ਜ਼ੁਲਮ ਨਾ ਕੀਤੇ ਜਾਂਦੇ"।

"ਸ਼ਾਸਕਾਂ ਦੇ ਮਹਿਲ ਅੰਦਰੋਂ ਲੁੱਚਪੁਣੇ, ਬੇਚੈਨੀ, ਲਾਪਰਵਾਹੀ, ਹੰਕਾਰ ਨਾਲ ਸ਼ਿੰਗਾਰੇ ਹੋਏ ਹਨ।"

"ਕਾਨੂੰਨਾਂ ਦੀ ਪਰਵਾਹ ਨਹੀਂ ਕੀਤੀ ਜਾਂਦੀ, ਕਿਉਂਕਿ ਪ੍ਰਸ਼ਾਸਨ ਬਿਲਕੁਲ ਤਾਨਾਸ਼ਾਹੀ ਹੈ।"

"ਉਸ ਆਦਮੀ ਲਈ ਅਫ਼ਸੋਸ ਕਰੋ ਜਿਸ ਨੂੰ ਇਨ੍ਹਾਂ ਅਧਰਮੀ 'ਅਨ-ਨਿਆਂ' ਨਿਆਂਕਾਰ ਦੇ ਸਾਮ੍ਹਣੇ ਨਿਆਂ ਲੈਣ ਲਈ ਆਉਣਾ ਪਿਆ ਹੈ; ਉਨ੍ਹਾਂ ਦੀਆਂ ਅੱਖਾਂ ਲਾਲਚ ਨਾਲ ਧੁੰਦਲੀਆਂ ਹਨ, ਉਨ੍ਹਾਂ ਦੇ ਮੂੰਹ ਬਘਿਆੜਾਂ ਵਾਂਗ ਫਟਦੇ ਹਨ ..., ਅਤੇ ਉਨ੍ਹਾਂ ਦੇ ਢਿੱਡ ਗਰੀਬਾਂ ਦੀ ਰੋਟੀ ਲਈ ਭੁੱਖੇ ਹਨ।"

"ਗਰੀਬ ਜਦੋਂ ਭੁਗਤਾਨ ਕਰਨ ਵਿੱਚ ਅਸਮਰੱਥ ਹੁੰਦੇ ਹਨ, ਤਾਂ ਉਨ੍ਹਾਂ ਦੀ ਪਤਨੀ ਅਤੇ ਬੱਚੇ, ਬਗਾਵਤ ਦੇ ਦੋਸ਼ ਦੇ ਬਹਾਨੇ ਵੇਚ ਦਿਤੇ ਜਾਂਦੇ ਹਨ।"

"ਮੈਂ ਅਕਸਰ ਮਹਾਨ ਪ੍ਰਭੂਆਂ ਨੂੰ ਇਹ ਪੁੱਛਣ ਦਾ ਉੱਦਮ ਕੀਤਾ ਹੈ ਕਿ ਖਜ਼ਾਨਿਆਂ ਨੂੰ ਇਕੱਠਾ ਕਰਨ ਲਈ ਉਤਸੁਕ ਹੋਣ ਵਿੱਚ ਉਹਨਾਂ ਦਾ ਅਸਲ ਉਦੇਸ਼ ਕੀ ਹੈ, ... ਉਹਨਾਂ ਦਾ ਜਵਾਬ ਦੁਨਿਆਵੀ ਘਮੰਡ/ਹੰਕਾਰ/ਨਸ਼ਾ ਹੈ।"

"ਅਮੀਰਾਂ ਦਾ ਜੀਵਨ ਉਹਨਾਂ ਦੀ ਹੰਕਾਰ ਅਤੇ ਪੂਰਨ ਸ਼ਕਤੀ ਵਿੱਚ, ... ਅਤੇ ਆਮ ਲੋਕਾਂ ਦੀ ਪੂਰੀ ਅਧੀਨਗੀ ਅਤੇ ਗਰੀਬੀ ... ਅਤੇ ਗਰੀਬੀ ਇੰਨੀ ਵੱਡੀ ਅਤੇ ਮੰਦਭਾਗੀ ਹੈ ਕਿ ਲੋਕਾਂ ਦੇ ਜੀਵਨ ਨੂੰ ਕੌੜੀ ਮੁਸੀਬਤ ਦੇ ਨਿਵਾਸ ਸਥਾਨ ਵਜੋਂ ਦਰਸਾਇਆ ਜਾ ਸਕਦਾ ਹੈ।"

ਰਾਜੇ ਸੀਹ ਮੁਕਦਮ ਕੁਤੇ ॥ ਜਾਇ ਜਗਾਇਨਿ੍ ਬੈਠੇ ਸੁਤੇ ॥
ਚਾਕਰ ਨਹਦਾ ਪਾਇਨਿ੍ ਘਾਉ ॥ ਰਤੁ ਪਿਤੁ ਕੁਤਿਹੋ ਚਟਿ ਜਾਹੁ ॥

ਸਰਕਾਰੀ ਅਧਿਕਾਰੀ ਤਲਵਾਰ ਦੀ ਨੋਕ ਤੇ ਜਨਤਾ ਤੋਂ ਜਾਇਦਾਦ ਜ਼ਬਤ ਕਰਨ ਵਿੱਚ ਖੁਸ਼ ਹੁੰਦੇ ਹਨ।

ਪਾਠ 5

ਗੁਰੂ ਨਾਨਕ

- ਗੁਰੂ ਨਾਨਕ (1469-1539) ਨੇ ਸਿੱਖ ਧਰਮ ਦੀ ਸਥਾਪਨਾ ਕੀਤੀ।
- ਗੁਰੂ ਨਾਨਕ ਦਾ ਜਨਮ ਦੱਖਣੀ ਏਸ਼ੀਆ ਵਿੱਚ ਸਿੰਧੂ ਘਾਟੀ ਸੱਭਿਅਤਾ ਦੇ ਮੌਜੂਦਾ ਪੰਜਾਬ ਵਿੱਚ ਹੋਇਆ ਸੀ। ਉਨ੍ਹਾਂ ਨੇ ਆਪਣੇ ਲੋਕਾਂ ਦੀ ਤਰਸਯੋਗ ਹਾਲਤ ਦੇਖੀ। ਉਨ੍ਹਾਂ ਨੇ ਥੋੜ੍ਹੇ ਸਮੇਂ ਲਈ ਸਮੇਂ ਦੀ ਸਰਕਾਰ ਲਈ ਕੰਮ ਕੀਤਾ, ਅਤੇ ਹਰ ਪੱਧਰ ਤੇ ਪ੍ਰਸ਼ਾਸਕਾਂ ਅਤੇ ਰਾਜਪਾਲਾਂ ਦੇ ਲਾਲਚ ਅਤੇ ਬੇਰਹਿਮੀ ਨੂੰ ਦੇਖਿਆ।
- ਆਰਾਮਦਾਇਕ ਸਰਕਾਰੀ ਨੌਕਰੀ ਛੱਡ ਕੇ, ਉਨ੍ਹਾਂ ਨੇ ਆਪਣੇ ਸਾਥੀ ਮਰਦਾਨਾ ਨਾਲ ਸੰਸਾਰ ਦੀ ਯਾਤਰਾ ਕੀਤੀ। ਇਹ ਯਾਤਰਾਵਾਂ ਉਦਾਸੀਆਂ ਵਜੋਂ ਜਾਣੀਆਂ ਜਾਂਦੀਆਂ ਹਨ ਅਤੇ ਸਿੱਖਾਂ ਲਈ ਗਿਆਨ ਅਤੇ ਪ੍ਰੇਰਨਾ ਦੇ ਸਰੋਤ ਹਨ।
- ਗੁਰੂ ਨਾਨਕ ਨੇ ਉਦਾਸੀਆਂ (ਯਾਤਰਾਵਾਂ) ਅਤੇ ਘਰ ਵਿੱਚ ਵਿਭਿੰਨ ਪਿਛੋਕੜਾਂ ਅਤੇ ਧਰਮਾਂ ਦੇ ਲੋਕਾਂ ਨਾਲ ਦਾਰਸ਼ਨਿਕ ਭਾਸ਼ਣ ਵਿੱਚ ਹਿੱਸਾ ਲਿਆ। ਗੁਰੂ ਨਾਨਕ ਨੇ ਸਰਲ ਸਥਾਨਕ ਭਾਸ਼ਾ ਜਿਸਨੂੰ ਹਰ ਕੋਈ ਸਮਝ ਸਕਦਾ ਸੀ ਵਿੱਚ ਆਪਣੇ ਖੁਲਾਸੇ ਨਾਲ ਦਿਲਾਂ ਅਤੇ ਦਿਮਾਗਾਂ ਨੂੰ ਜਿੱਤ ਲਿਆ।
- ਗੁਰੂ ਨਾਨਕ ਨੇ ਤਰਕ ਨਾਲ ਅਤੇ ਨਾਟਕੀ ਢੰਗ ਨਾਲ ਲੋਕਾਂ ਦੇ ਬੁਨਿਆਦੀ ਸੱਭਿਆਚਾਰਕ ਵਿਸ਼ਵਾਸਾਂ ਦੀ ਬੇਤੁਕਤਾ ਨੂੰ ਦਰਸਾਇਆ। ਉਨ੍ਹਾਂ ਨੂੰ ਜਨਤਕ ਤੌਰ ਤੇ ਸਤਿਕਾਰ ਕੀਤਾ ਜਾਂਦਾ ਹੈ ਪਰ ਅੱਜ ਵੀ ਬਹੁਤ ਸਾਰੇ ਲੋਕਾਂ ਦੁਆਰਾ ਨਿੱਜੀ ਤੌਰ ਤੇ ਨਫ਼ਰਤ ਕੀਤੀ ਜਾਂਦੀ ਹੈ।
- ਗੁਰੂ ਨਾਨਕ ਨੇ ਲੋਕਾਂ ਦੇ ਦੁੱਖਾਂ ਅਤੇ ਤਰਸਯੋਗ ਹਾਲਤ ਲਈ ਉਨ੍ਹਾਂ ਦੇ ਵਿਸ਼ਵਾਸਾਂ ਅਤੇ ਕਦਰਾਂ-ਕੀਮਤਾਂ ਨੂੰ ਜ਼ਿੰਮੇਵਾਰ ਠਹਿਰਾਇਆ। ਗੁਰੂ ਨਾਨਕ ਨੇ ਬਾਹਰੀ ਖਤਰਿਆਂ ਦੇ ਸਾਹਮਣੇ ਉਨ੍ਹਾਂ ਦੀ ਕਮਜ਼ੋਰੀ ਨੂੰ ਜ਼ਿੰਮੇਵਾਰ ਠਹਿਰਾਇਆ। ਮੱਧ ਏਸ਼ੀਆ ਦੇ ਹਮਲਾਵਰਾਂ ਨੇ ਇਨ੍ਹਾਂ ਜ਼ਮੀਨਾਂ ਨੂੰ ਲੁੱਟਿਆ। ਸਿੱਖਾਂ ਤੋਂ ਪਹਿਲਾਂ ਕਿਸੇ ਨੇ ਵੀ ਕੋਈ ਵਿਰੋਧ ਨਹੀਂ ਕੀਤਾ।
- ਗੁਰੂ ਨਾਨਕ ਉਦਾਸੀਆਂ (ਯਾਤਰਾਵਾਂ) ਤੋਂ ਕਈ ਸਾਲਾਂ ਬਾਅਦ ਘਰ ਵਾਪਿਸ ਆਏ। ਉਹ ਸਮੇਂ ਦੇ ਸਭ ਤੋਂ ਵੱਧ ਯਾਤਰਾ ਕਰਨ ਵਾਲੇ ਆਦਮੀਆਂ ਵਿੱਚੋਂ ਇੱਕ ਸਨ। ਉਹ ਮੌਜੂਦਾ ਪੰਜਾਬ ਵਿੱਚ ਸਿੰਧੂ ਘਾਟੀ ਸਭਿਅਤਾ ਦੀ ਆਪਣੀ ਜੱਦੀ ਧਰਤੀ ਵਿੱਚ ਰਾਵੀ ਨਦੀ ਦੇ ਕੰਢੇ ਵਸ ਗਏ, ਅਤੇ ਦੁਨੀਆ ਨੂੰ ਖੁਸ਼ਹਾਲੀ ਅਤੇ ਸੁਰੱਖਿਆ ਦਾ ਫਲਸਫਾ ਪ੍ਰਗਟ ਕੀਤਾ। ਉਹਨਾਂ ਨੇ ਸਿੱਖ ਧਰਮ ਦੀ ਸਥਾਪਨਾ ਕੀਤੀ।
- ਇੰਨੀਆਂ ਕੁਦਰਤੀ ਦੌਲਤਾਂ ਅਤੇ ਇਸਦੇ ਭੂ-ਰਾਜਨੀਤਿਕ ਫਾਇਦੇ ਦੇ ਬਾਵਜੂਦ, ਦੁਨੀਆ ਦਾ ਇਹ ਹਿੱਸਾ ਇੱਕ ਘੱਟ ਪ੍ਰਾਪਤੀ ਵਾਲਾ ਸੱਭਿਆਚਾਰ ਸੀ। ਗੁਰੂ ਨਾਨਕ ਨੇ ਦਿਖਾਇਆ ਕਿ ਇਹ ਮਾੜੇ ਸੱਭਿਆਚਾਰਕ ਅਤੇ ਧਾਰਮਿਕ ਔਗੁਣਾਂ ਕਾਰਨ ਸੀ।

- ਗੁਰੂ ਨਾਨਕ ਦਾ ਫ਼ਲਸਫ਼ਾ ਪਿਆਰ ਅਤੇ ਬਿਬੇਕ ਤੇ ਅਧਾਰਤ ਸੀ। ਉਨ੍ਹਾਂ ਦਾ ਮੰਨਣਾ ਸੀ ਕਿ ਪਿਆਰ ਅਤੇ ਬਿਬੇਕ ਉਨ੍ਹਾਂ ਲੋਕਾਂ ਨੂੰ ਉੱਚਾ ਚੁੱਕ ਸਕਦੀ ਹੈ ਜੋ ਪੀੜ੍ਹੀਆਂ ਤੋਂ ਨਿਰਾਸ਼, ਵਾਂਝੇ, ਅਤੇ ਭਰਮ-ਭੁਲੇਖੇ ਵਿੱਚ ਫਸੇ ਹੋਏ ਸਨ। ਨਫ਼ਰਤ ਅਤੇ ਹੇਰਾਫੇਰੀ ਦੀ ਬਜਾਏ, ਉਨ੍ਹਾਂ ਨੇ ਪਿਆਰ ਅਤੇ ਗਿਆਨ ਫੈਲਾਇਆ। ਇਸਨੇ ਲੋਕਾਂ ਨੂੰ ਤਕੜਾ ਕੀਤਾ ਅਤੇ ਕੰਮ ਕਰਨ ਲਈ ਗਿਆਨ ਅਤੇ ਆਤਮ ਵਿਸ਼ਵਾਸ ਦੋਵੇਂ ਦਿੱਤੇ।
- ਉਨ੍ਹਾਂ ਨੇ ਆਪਣੇ ਪੈਰੋਕਾਰਾਂ ਨੂੰ ਕਿਹਾ ਕਿ ਉਹ ਹੇਰਾਫੇਰੀ ਕਰਨ ਵਾਲੇ ਕੁਲੀਨ ਵਰਗ (elite, intellectuals) ਤੇ ਭਰੋਸਾ ਕਰਨ ਦੀ ਬਜਾਏ ਸਰੋਤ ਤੋਂ ਸਿੱਖਣ। ਕੁਲੀਨ ਵਰਗ ਜਨਤਾ ਨੂੰ ਭਟਕਾਉਂਦੇ ਹਨ, ਗਲਤ ਜਾਣਕਾਰੀ ਦੇਂਦੇ ਹਨ, ਅਤੇ ਮਾਮੂਲੀ ਕੰਮਾਂ ਵਿੱਚ ਰੁੱਝੇ ਰੱਖਦੇ ਹਨ। ਕੋਈ ਤਰੱਕੀ ਨਹੀਂ ਹੋਂਦੀ। ਗੁਰੂ ਨਾਨਕ ਨੇ ਹੇਰਾਫੇਰੀ ਕਰਨ ਵਾਲੇ ਕੁਲੀਨ ਵਰਗ ਨੂੰ ਘੱਟ ਪ੍ਰਾਪਤੀ ਵਾਲਾ ਸੱਭਿਆਚਾਰ ਬਣਾਉਣ ਲਈ ਜ਼ਿੰਮੇਵਾਰ ਠਹਿਰਾਇਆ।
- ਸਿਰਫ਼ ਵਿਚਾਰਾਂ ਅਤੇ ਸ਼ਬਦਾਂ ਤੋਂ ਇਲਾਵਾ, ਗੁਰੂ ਨਾਨਕ ਨੇ ਸਿੱਖ ਸੰਸਥਾਵਾਂ (institutions) ਅਤੇ ਭਾਈਚਾਰਕ ਅਭਿਆਸਾਂ (community practice) ਦੀ ਸਿਰਜਣਾ ਕੀਤੀ ਜੋ ਅੱਜ ਵੀ ਪ੍ਰਫੁੱਲਤ ਹਨ। ਉਦਾਹਰਣਾਂ 'ਸੰਗਤ ਅਤੇ ਪੰਗਤ' ਹਨ: ਲੋਕਾਂ ਦਾ ਇਕੱਠ (ਸੰਗਤ), ਅਤੇ ਕਤਾਰਾਂ ਵਿੱਚ ਬੈਠ (ਪੰਗਤ) ਕੇ ਭਾਈਚਾਰਕ ਰਸੋਈ ਵਿੱਚ ਪਕਾਇਆ ਭੋਜਨ ਖਾਣਾ (ਲੰਗਰ)। ਇਸ ਸੰਸਥਾਗਤ ਅਭਿਆਸ ਨੂੰ ਅੱਜ ਵੀ ਸਿੱਖਾਂ ਦੇ ਸਮਾਜਿਕ ਸੁਰੱਖਿਆ ਮਾਡਲ ਵਜੋਂ ਪਿਆਰ ਕੀਤਾ ਜਾਂਦਾ ਹੈ। ਸਾਰਿਆਂ ਦਾ ਸਵਾਗਤ ਹੈ, ਖੁਆਇਆ ਜਾਂਦਾ ਹੈ, ਗਿਆਨ ਦਿੱਤਾ ਜਾਂਦਾ ਹੈ, ਸੁਰੱਖਿਅਤ ਕੀਤਾ ਜਾਂਦਾ ਹੈ, ਅਤੇ ਭਾਈਚਾਰੇ ਵਿੱਚ ਅਪਣਾਇਆ ਜਾਂਦਾ ਹੈ।
- ਇੱਕ ਹੋਰ ਉਦਾਹਰਣ 'ਕਿਰਤ ਕਰੋ, ਵੰਡ ਛਕੋ, ਨਾਮ ਜਪੋ' ਦੇ ਮੁੱਖ ਸਿੱਖ ਅਸੂਲਾਂ ਦੀ ਹੈ। ਇਹ ਸਿੱਖਾਂ ਦੇ ਲਿਬਰਟੇਰੀਅਨ ਪੂੰਜੀਵਾਦ (Libertarian Capitalism) ਆਰਥਿਕ ਮਾਡਲ, ਨਿੱਜੀ ਸਮਾਜਿਕ ਸੁਰੱਖਿਆ (ਕੋਈ welfare state ਨਹੀਂ), ਅਤੇ ਉੱਚ ਪੁਜਾਰੀਆਂ ਜਾਂ ਕੁਲੀਨ ਵਰਗ ਤੇ ਨਿਰਭਰ ਕਰਨ ਦੀ ਬਜਾਏ ਖੁਦ ਗਿਆਨ ਪ੍ਰਾਪਤ ਕਰਨ ਦਾ ਆਧਾਰ ਹੈ।
- ਗੁਰੂ ਨਾਨਕ ਨੇ ਲੋਕਾਂ ਵਿੱਚ ਇੱਕ ਚੰਗਿਆੜੀ ਜਗਾਈ। ਹਰ ਖੇਤਰ ਵਿੱਚ ਮਨੁੱਖੀ ਯਤਨਾਂ ਨੂੰ ਪ੍ਰਫੁੱਲਤ ਕੀਤਾ। ਸਧਾਰਨ ਮਿਹਨਤੀ ਲੋਕਾਂ ਨੂੰ ਇੱਕ ਅਤਿਅੰਤ ਮੈਕਿਆਵੇਲੀਅਨ (ਚਾਣਕਿਆਨੀਤੀ) ਕੁਲੀਨ ਵਰਗ ਦੁਆਰਾ ਭਟਕਾਇਆ ਜਾਂਦਾ ਸੀ। ਇਸੇ ਸਧਾਰਨ ਮਿਹਨਤੀ ਲੋਕਾਂ ਨੇ ਕੁਲੀਨ ਵਰਗ (corrupt elite and intellectuals) ਨੂੰ ਰੱਦ ਕਰ ਦਿੱਤਾ।
- ਉਹ ਲੋਕ ਜੋ ਕਦੇ ਨਿਰਾਸ਼ ਸਨ, ਹੁਣ ਸਭ ਤੋਂ ਪਹਿਲਾਂ ਸੇਵਾ ਕਰਨ ਲਈ ਮੁਕਾਬਲਾ ਕਰ ਰਹੇ ਸਨ। ਸੈਂਕੜੇ ਸਾਲਾਂ ਤੋਂ ਲਤਾੜੇ ਗਏ ਲੋਕ ਮਹਾਨ ਯੋਧੇ ਬਣ ਗਏ।
- "ਸਿੱਖ ਧਰਮ, ਇੱਕ ਇਲਾਹੀ ਧਰਮ, 16ਵੀਂ ਸਦੀ ਵਿੱਚ ਇੱਕ ਨਵੀਂ ਇਨਕਲਾਬੀ ਸ਼ਕਤੀ ਵਜੋਂ ਉਤਪੰਨ ਹੋਇਆ, ਜਿਸਦਾ ਉਦੇਸ਼ ਲੋਕਾਂ ਦੀ ਅਧਿਆਤਮਿਕ ਪੁਨਰ ਸੁਰਜੀਤੀ, ਨੈਤਿਕ ਉੱਨਤੀ ਅਤੇ ਸਮਾਜਿਕ ਮੁਕਤੀ ਸੀ। ਇੱਕ ਪਾਸੇ, ਇਸਨੇ ਪੁਜਾਰੀ-ਪ੍ਰਧਾਨ ਅਤੇ ਜਾਤ-ਪ੍ਰਸਤ ਸਮਾਜ ਦੇ ਕੱਟੜਤਾ ਅਤੇ ਧਾਰਮਿਕ

ਰਸਮੀਵਾਦ ਦਾ ਸਾਹਮਣਾ ਕੀਤਾ ਅਤੇ ਦੂਜੇ ਪਾਸੇ ਇਸਨੇ ਸਮਕਾਲੀ ਸ਼ਾਸਕਾਂ ਦੇ ਰਾਜਨੀਤਿਕ ਜ਼ੁਲਮ ਨੂੰ ਚੁਣੌਤੀ ਦਿੱਤੀ।" (ਪ੍ਰੋ. ਗੁਰਦਰਸ਼ਨ ਸਿੰਘ ਢਿੱਲੋਂ, 'ਧਰਮ ਅਤੇ ਰਾਜਨੀਤੀ: ਸਿੱਖ ਦ੍ਰਿਸ਼ਟੀਕੋਣ', ਪੰਨਾ 2)।

- ਅੱਜ ਹਰ ਸਿੱਖ ਅਰਦਾਸ ਵੇਲੇ ਉਨ੍ਹਾਂ ਸਮਿਆਂ ਨੂੰ ਯਾਦ ਕਰਦਾ ਹੈ ਜਦੋਂ ਗੁਰੂ ਨਾਨਕ ਦੇ ਪਿਆਰ ਦੇ ਫਲਸਫੇ ਦੀ ਜਿੱਤ ਹੋਈ ਸੀ, ਅਤੇ ਮੌਜੂਦਾ ਪੰਜਾਬ ਵਿੱਚ ਸਿੰਧੂ ਘਾਟੀ ਸਭਿਅਤਾ ਦੇ ਉੱਤਰਾਧਿਕਾਰੀਆਂ ਲਈ ਇੱਕ ਸੁਨਹਿਰੀ ਯੁੱਗ ਆਇਆ ਸੀ।

ਗੁਰੂ ਨਾਨਕ ਦੇ ਫ਼ਲਸਫ਼ੇ ਨੇ ਇਸ ਧਰਤੀ ਦੀ ਕਿਸਮਤ ਬਦਲ ਦਿੱਤੀ।
ਅੱਜ ਵੀ, ਪੰਜਾਬ - 5 ਦਰਿਆਵਾਂ ਦੀ ਧਰਤੀ, ਅਤੇ ਸਿੱਖਾਂ ਦਾ ਘਰ -
ਦੱਖਣੀ ਏਸ਼ੀਆ ਦਾ ਸਭ ਤੋਂ ਖੁਸ਼ਹਾਲ, ਸਭ ਤੋਂ ਪਰਉਪਕਾਰੀ, ਸੁਰੱਖਿਅਤ, ਸਭ ਤੋਂ ਸਮਾਵੇਸ਼ੀ, ਅਤੇ ਸਭ ਤੋਂ ਵਧੀਆ ਸੂਬਾ ਹੈ।
ਇਹ ਗੁਰੂ ਨਾਨਕ ਦੁਆਰਾ ਦੱਸੇ ਗਏ ਜੀਵਨ ਢੰਗ ਕਰਕੇ ਹੈ।

ਪਾਠ 6

ਬੰਦਾ ਸਿੰਘ ਬਹਾਦਰ ਦਾ ਪਹਿਲਾ ਸਿੱਖ ਰਾਜ

- ਸਿੱਖ ਜਰਨੈਲ ਅਤੇ ਪ੍ਰਸ਼ਾਸਕ ਬੰਦਾ ਸਿੰਘ ਬਹਾਦਰ ਦੀ ਅਗਵਾਈ ਹੇਠ ਸਿੱਖਾਂ ਨੇ ਮਈ 1710 ਵਿੱਚ ਪਹਿਲੇ ਸਿੱਖ ਰਾਜ ਦੀ ਸਥਾਪਨਾ ਕੀਤੀ। ਨਾਲ ਹੀ ਪਹਿਲੇ ਸਿੱਖ ਰਾਜ ਦੀ ਰਾਜਧਾਨੀ ਲੋਹਗੜ੍ਹ ਸਥਾਪਿਤ ਕੀਤੀ।
- ਬੰਦਾ ਸਿੰਘ ਬਹਾਦਰ ਨੇ ਜਗੀਰਦਾਰੀ ਨੂੰ ਖਤਮ ਕਰ ਦਿੱਤਾ ਅਤੇ ਜ਼ਮੀਨਾਂ ਦੀ ਮਾਲਕੀ ਕਿਸਾਨਾਂ ਨੂੰ ਦਿੱਤੀ।
- ਸਿੱਧੇ ਮਾਲੀਏ (tax) ਦੀ ਵਸੂਲੀ: ਪੁਰਾਣੀ ਜਗੀਰਦਾਰੀ ਪ੍ਰਣਾਲੀ ਦੇ ਤਹਿਤ, ਮੁਗਲ ਰਾਜ ਨੇ ਉਤਪਾਦਕਾਂ (ਕਿਸਾਨਾਂ) ਤੋਂ ਮਾਲੀਆ ਇਕੱਠਾ ਕਰਨ ਦਾ ਕੰਮ ਜਗੀਰਦਾਰਾਂ ਨੂੰ ਸੌਂਪਿਆ ਸੀ। ਜਗੀਰਦਾਰ ਸ਼ੋਸ਼ਣ ਕਰਦੇ ਸਨ। ਰਾਜ ਦਾ ਲੋਕਾਂ ਨਾਲ ਕੋਈ ਸਿੱਧਾ ਸੰਪਰਕ ਨਹੀਂ ਸੀ। ਜਦ ਤੱਕ ਰਾਜ ਆਪਣਾ ਮਾਲੀਆ ਪ੍ਰਾਪਤ ਕਰਦਾ ਸੀ, ਉਹ ਦਖਲ ਨਹੀਂ ਦਿੰਦੇ ਸੀ। ਜਗੀਰਦਾਰ ਤਾਨਾਸ਼ਾਹੀ ਸਨ ਅਤੇ ਉਤਪਾਦਕਤਾ (productivity) ਦੀ ਪਰਵਾਹ ਨਹੀਂ ਕਰਦੇ ਸਨ। ਬੰਦਾ ਸਿੰਘ ਬਹਾਦਰ ਨੇ ਜਗੀਰਦਾਰੀ ਖਤਮ ਕਰ ਦਿੱਤੀ ਤੇ ਜ਼ਮੀਨਾਂ ਦੀ ਮਾਲਕੀ ਕਿਸਾਨਾਂ ਨੂੰ ਦਿੱਤੀ। ਸਿੱਖ ਰਾਜ ਨੇ ਫਿਰ ਬਿਨਾਂ ਕਿਸੇ ਵਿਚੋਲੇ ਦੇ ਉਤਪਾਦਕਾਂ ਤੇ ਕਿਸਾਨਾਂ ਤੋਂ ਸਿੱਧਾ ਮਾਲੀਆ ਇਕੱਠਾ ਕੀਤਾ। ਕਿਸਾਨਾਂ ਕੋਲ ਜ਼ਿਆਦਾ ਉਤਪਾਦਨ ਬਚਦਾ ਸੀ, ਅਤੇ ਉਨ੍ਹਾਂ ਨੂੰ ਆਪਣੀ ਜਮੀਨ ਤੋਂ ਉਤਪਾਦਨ ਨੂੰ ਬਿਹਤਰ ਬਣਾਉਣ ਲਈ ਉਤਸ਼ਾਹ ਮਿਲੇਯਾ। ਸਿੱਖ ਰਾਜ ਨੂੰ ਵਧਦੀ ਖੁਸ਼ਹਾਲੀ ਤੋਂ ਵਧੇਰਾ ਮਾਲੀਆ ਮਿਲਿਆ।
- ਐਪਿਸਟੋਕ੍ਰੇਸੀ (epistocracy): ਮਾਹਰਾਂ ਦੁਆਰਾ ਸ਼ਾਸਨ, ਵਿਦਵਾਨਾਂ ਦਾ ਰਾਜ। ਸਿੱਖ ਸ਼ਾਸਨ ਲੋਕਤੰਤਰੀ ਨਹੀਂ ਸੀ। ਇਹ ਯੋਗਤਾ (meritocracy) ਸੀ। ਖਾਲਸਾ ਪਰਉਪਕਾਰ (benevolence), ਦਰਸ਼ਨਿਕ (visionary), ਰਾਜਨੀਤਿਕ ਵਿਚਾਰ, ਧਰਮ, ਇਤਿਹਾਸ ਅਤੇ ਸ਼ਾਸਨ ਵਿੱਚ ਮਾਹਰ ਸਨ। ਇਸ ਦੀ ਸਮਾਨਤਾ ਪਲੈਟੋ ਦੇ ਐਪਿਸਟੋਕ੍ਰੇਟਸ ਅਤੇ ਚੀਨੀ ਮੈਂਡਰਿਨ ਨੌਕਰਸ਼ਾਹਾਂ ਨਾਲ ਕੀਤੀ ਜਾ ਸਕਦੀ ਹੈ।
- ਫੈਸਲੇ ਲੈਣ ਦਾ ਤਰੀਕਾ: ਫੈਸਲੇ ਸਰਬੱਤ ਖਾਲਸਾ ਰਾਹੀਂ ਲਏ ਜਾਂਦੇ ਸਨ। ਸਿੱਖ ਇਕੱਠੇ ਹੁੰਦੇ ਸਨ। ਉਹ ਮੁੱਦਿਆਂ ਤੇ ਵਿਚਾਰ-ਵਟਾਂਦਰਾ ਕਰਦੇ ਸਨ। ਫੈਸਲੇ ਸਹਿਮਤੀ (consensus) ਨਾਲ ਲਏ ਜਾਂਦੇ ਸਨ।
- ਲੋਕਾਂ ਲਈ ਇਨਸਾਫ: ਪਹਿਲਾ ਸਿੱਖ ਰਾਜ "ਜ਼ਾਲਮ ਅਧਿਕਾਰੀਆਂ ਨੂੰ ਸਜ਼ਾ ਦੇਣ ਵਿੱਚ ਬੇਰਹਮ ਸੀ"। ਸਿੱਖ ਰਾਜ ਨੇ 'ਵਿਅਕਤੀਗਤ ਆਜ਼ਾਦੀ' (personal liberties) ਨੂੰ ਬਰਕਰਾਰ ਰੱਖਿਆ। ਫੈਸਲੇ ਲੈਣ ਦਾ ਤਰੀਕਾ ਪੱਛਮੀ ਰਾਸ਼ਟਰ ਅਤੇ ਲੋਕਤੰਤਰ ਅਜਿਹਾ ਨਹੀਂ ਕਰਦੇ। ਪ੍ਰੋ. ਗੰਡਾ ਸਿੰਘ ਬੰਦਾ ਸਿੰਘ ਬਹਾਦਰ ਬਾਰੇ ਲਿਖਦੇ ਹਨ:

  "ਉਸਦਾ ਨਿਆਂ ਤੇਜ਼ ਸੀ ਅਤੇ ਉਹ ਕਈ ਵਾਰ ਜ਼ਾਲਮ ਅਧਿਕਾਰੀਆਂ ਨੂੰ ਸਜ਼ਾ ਦੇਣ ਵਿੱਚ ਬੇਰਹਿਮੀ ਦੀ ਹੱਦ ਤੱਕ ਚਲਾ ਜਾਂਦਾ ਸੀ। ਅਪਰਾਧੀ ਦੇ ਅਹੁਦੇ ਨੇ ਕਦੇ ਵੀ ਉਸਦੀ ਨਿਆਂ ਦੀ ਭਾਵਨਾ ਨੂੰ ਪ੍ਰਭਾਵਿਤ

ਨਹੀਂ ਕੀਤਾ ਅਤੇ ਅਪਰਾਧਿਕ ਮਾਮਲਿਆਂ ਨਾਲ ਨਜਿੱਠਣ ਦੇ ਉਸਦੇ ਸੰਖੇਪ ਢੰਗ ਨੇ ਉਸਨੂੰ ਛੋਟੇ ਕਰਮਚਾਰੀਆਂ ਦੇ ਕਬੀਲੇ ਲਈ ਇੱਕ ਦਹਿਸ਼ਤ ਬਣਾ ਦਿੱਤਾ। ਸਤਾਏ ਗਏ ਅਤੇ ਦੱਬੇ-ਕੁਚਲੇ ਲੋਕਾਂ ਦੀ ਮੁਕਤੀ ਕਰਕੇ ਉਸਨੇ ਗਰੀਬਾਂ ਅਤੇ ਬੇਸਹਾਰਾ ਲੋਕਾਂ ਦੇ ਆਸ਼ੀਰਵਾਦ ਪ੍ਰਾਪਤ ਕੀਤੇ ਜਿਨ੍ਹਾਂ ਦੀਆਂ ਪੁਕਾਰ ਸਦੀਆਂ ਤੋਂ ਕਿਸੇ ਨੇ ਨਹੀਂ ਸੁਣੀਆਂ ਸਨ।" (ਪ੍ਰੋ. ਗੰਡਾ ਸਿੰਘ, 'ਬੰਦਾ ਸਿੰਘ ਬਹਾਦਰ ਦਾ ਜੀਵਨ, ਸਮਕਾਲੀ ਅਤੇ ਮੂਲ ਰਿਕਾਰਡਾਂ ਤੇ ਅਧਾਰਤ', ਪੰਨਾ 251)

- ਘੱਟ ਟੈਕਸ: ਸਿੱਖ ਰਾਜ ਨੂੰ ਵਧਦੀ ਖੁਸ਼ਹਾਲੀ ਤੋਂ ਵਧੇਰੇ ਮਾਲੀਆ ਮਿਲਿਆ। ਇਬਰਤਨਾਮਾ ਵਰਗੇ ਫ਼ਾਰਸੀ ਸਰੋਤਾਂ ਤੋਂ ਪਤਾ ਲਗਦਾ ਹੈ ਕੇ ਮੁਗਲ ਸਾਮਰਾਜ 40-50% ਟੈਕਸ ਤੇ ਸਿੱਖ ਰਾਜ 20% ਟੈਕਸ ਲੈਂਦਾ ਸੀ। ਘੱਟ ਟੈਕਸਾਂ ਦੇ ਬਾਵਜੂਦ, ਸਿੱਖ ਰਾਜ ਕੋਲ ਵਧੇਰਾ ਪੈਸਾ ਸੀ।

ਬੰਦਾ ਸਿੰਘ ਬਹਾਦਰ ਦੀ ਮੋਹਰ।

ਦੇਗ ਤੇਗ ਫਤਿਹ, ਨੁਸਰਤ (ਕਿਰਪਾ) ਬੇਦਰੰਗ (ਬਿਨਾਂ ਦੇਰੀ ਦੇ),
ਯਾਫਤ (ਖੁਸ਼ਹਾਲੀ) ਨਾਨਕ ਅਤੇ ਗੁਰੂ ਗੋਬਿੰਦ ਸਿੰਘ।

ਅਨੁਵਾਦ:
ਫਤਿਹ ਦੇਗ ਅਤੇ ਤੇਗ ਤੋਂ;
(ਗੁਰੂ) ਨਾਨਕ ਅਤੇ ਗੁਰੂ ਗੋਬਿੰਦ ਸਿੰਘ ਦੀ ਕਿਰਪਾ ਨਾਲ ਬਿਨਾਂ ਦੇਰੀ ਤੋਂ ਖੁਸ਼ਹਾਲੀ।

ਪਾਠ 7

ਸਿੱਖ ਮਿਸਲਾਂ ਅਤੇ ਮਿਸਲ ਕਾਲ

- ਦੋ ਸਿੱਖ ਰਾਜਾਂ ਦੇ ਵਿਚਕਾਰ ਦਾ ਸਮਾਂ ਸਿੱਖ ਮਿਸਲਾਂ (ਕਬੀਲਿਆਂ, confederacy) ਦਾ ਸਮਾਂ (ਮਿਸਲ ਕਾਲ) ਸੀ। ਸਿੱਖ ਮਿਸਲਾਂ ਇਕੱਠੇ ਨਹੀਂ ਸਨ ਪਰ ਲੋੜ ਪੈਣ ਤੇ ਇਕੱਠੇ ਵੀ ਹੋ ਜਾਂਦੇ ਸੀ। ਇਕੱਠੇ ਮਿਲ ਕੇ ਉਹ ਇੱਕ ਜ਼ਬਰਦਸਤ ਤਾਕਤ ਸੀ ਭਾਵੇਂ ਉਹ ਅਪਨੇ ਨਾਲੋਂ ਦਸ ਗੁਨਾਂ ਵੱਡੀ ਫੌਜ ਨਾਲ ਲੜਦੇ ਸੀ।
- ਜ਼ਾਲਮ ਮੁਗਲ ਸਾਮਰਾਜ ਅਤੇ ਵਿਦੇਸ਼ੀ ਹਮਲਾਵਰ ਸਿੱਖਾਂ ਦਾ ਸ਼ਿਕਾਰ ਕਰਦੇ ਸੀ। ਸਿੱਖਾਂ ਦੇ ਸਿਰਾਂ ਦੇ ਮੁਲ ਪੈਂਦੇ ਸੀ। ਵਿਦੇਸ਼ੀ ਧਾੜਵੀ ਅਤੇ ਸਥਾਨਕ ਸਿਪਾਹੀ ਸਿੱਖਾਂ ਨੂੰ ਮਾਰਨ ਲਈ ਫੌਜਾਂ ਵਿਚ ਸ਼ਾਮਲ ਹੋ ਗਏ।
- "ਉਨ੍ਹਾਂ ਦਾ ਜੰਗਲੀ ਜਾਨਵਰਾਂ ਵਾਂਗ ਸ਼ਿਕਾਰ ਕੀਤਾ ਜਾਂਦਾ ਸੀ, ਅਤੇ ਜੋ ਵੀ ਵਿਅਕਤੀ ਕਿਸੇ ਸਿੱਖ ਨੂੰ ਮਾਰਦਾ ਸੀ, ਉਸ ਨੂੰ ਲਾਹੌਰ ਦੇ ਵਾਇਸਰਾਏ ਤੋਂ ਇਨਾਮ ਮਿਲ ਸਕਦਾ ਸੀ। ਬਹੁਤ ਸਾਰੇ ਸਿੱਖ ਇਸ ਤਰ੍ਹਾਂ ਮਾਰੇ ਗਏ। ਜਿਹੜੇ ਬਚ ਗਏ ਉਹ ਪਹਾੜੀਆਂ ਅਤੇ ਜੰਗਲਾਂ ਵਿੱਚ ਚਲੇ ਗਏ।" (ਪ੍ਰੋ. ਗੰਡਾ ਸਿੰਘ ਅਤੇ ਪ੍ਰੋ. ਤੇਜਾ ਸਿੰਘ, 'ਮਹਾਰਾਜਾ ਰਣਜੀਤ ਸਿੰਘ', ਪੰਨਾ 9)।
- "ਦੂਜੇ ਪਾਸੇ, ਸਰਕਾਰ ਨੇ, ਹਲਕੀ ਘੋੜਸਵਾਰ (ਗਸ਼ਤ ਫੌਜ) ਦੇ ਵਿਸ਼ੇਸ਼ ਚੱਲਦੇ ਹੋਏ ਕਾਲਮ ਬਣਾਏ।" (ਪ੍ਰੋ. ਗੰਡਾ ਸਿੰਘ ਅਤੇ ਪ੍ਰੋ. ਤੇਜਾ ਸਿੰਘ, 'ਮਹਾਰਾਜਾ ਰਣਜੀਤ ਸਿੰਘ', ਪੰਨਾ 60)।
- "ਔਖਾ ਸਮਾਂ ਤਾਕਤ ਪੈਦਾ ਕਰਦੀ ਹੈ... ਸਿੱਖਾਂ ਦੇ ਉੱਤੇ ਥੋਪੀ ਗਈ ਹਰ ਨਵੀਂ ਮੁਸੀਬਤ ਨੇ ਉਹਨਾਂ ਦੀ ਸਵੈ-ਅਧਿਕਾਰ ਦੀ ਇੱਛਾ ਨੂੰ ਉਤੇਜਿਤ ਕੀਤਾ।" (ਹਰਬੰਸ ਸਿੰਘ, 'ਸਿੱਖਾਂ ਦੀ ਵਿਰਾਸਤ', ਪੰਨਾ 52)।
- ਦੋ ਸਿੱਖ ਬੋਤਾ ਸਿੰਘ ਅਤੇ ਗਰਜਾ ਸਿੰਘ ਜੰਗਲ ਵਿੱਚ ਛੁਪੇ ਹੋਏ ਸਨ। ਉਨ੍ਹਾਂ ਨੇ ਸਿਪਾਹੀਆਂ ਨੂੰ ਇਹ ਸ਼ੇਖੀ ਮਾਰਦਿਆਂ ਸੁਣਿਆ ਕਿ ਸਾਰੇ ਸਿੱਖਾਂ ਨੂੰ ਖਤਮ ਕਰ ਦਿੱਤਾ ਗਿਆ ਹੈ। ਆਪਣੀ ਕਿਸਮ ਦੇ ਵਿਨਾਸ਼ ਦੀਆਂ ਖ਼ਬਰਾਂ ਤੋਂ ਡਰਨ ਦੀ ਬਜਾਏ, ਉਹਨਾਂ ਨੇ ਜ਼ਾਲਮ ਮੁਗਲ ਸਾਮਰਾਜ ਅਤੇ ਉਸਦੇ ਸਿਪਾਹੀਆਂ ਦਾ ਸਾਹਮਣਾ ਕਰਨ ਦਾ ਫੈਸਲਾ ਕੀਤਾ।
- ਬੋਤਾ ਸਿੰਘ ਅਤੇ ਗਰਜਾ ਸਿੰਘ ਨੇ ਸਿੱਖ ਧਰਮ ਦੇ ਨਾਂ ਤੇ ਰਾਜ ਦਾ ਐਲਾਨ ਕੀਤਾ, ਰਾਹਗੀਰਾਂ ਤੇ ਸੜਕ ਟੈਕਸ ਲਗਾਇਆ, ਅਤੇ ਜ਼ਾਲਮ ਮੁਗਲ ਗਵਰਨਰ ਦਾ ਮਜ਼ਾਕ ਉਡਾਉਂਦੇ ਹੋਏ ਇਕ ਚਿੱਠੀ ਵਿਚ ਉਸ ਨੂੰ ਸੂਚਿਤ ਕੀਤਾ ਕਿ ਸਿੱਖ ਅਜੇ ਵੀ ਨਿਡਰਤਾ ਨਾਲ ਆਜ਼ਾਦ ਅਤੇ ਪ੍ਰਭੂਸੱਤਾ ਸੰਪੰਨ ਹਨ।

ਚਿਠੀ ਲਿਖੇ ਸਿੰਘ ਬੋਤਾ,
ਹਥ ਹੈ ਸੋਟਾ,
ਵਿਚ ਰਾਹ ਖਲੋਤਾ,
ਆਨਾ ਲਾਇਆ ਗੱਡੇ ਨੂੰ,

ਧੇਲਾ ਲਾਇਆ ਖੋਤਾ,
ਆਖਾਂ ਭਾਬੀ ਖਾਨੋ ਨੂੰ,
ਤੇਰਾ ਅਕਬਰੀ ਘਰ ਹੈ ਖੋਟਾ,
ਇੰਜ ਆਖੇ ਸਿੰਘ ਬੋਤਾ।

- ਦੋ ਸਿੱਖਾਂ ਨੂੰ ਕੁਚਲਣ ਲਈ ਦਰਜਨਾਂ ਸਿਪਾਹੀ ਭੇਜੇ ਗਏ। ਲੱਕੜ ਦੇ ਡੰਡਿਆਂ ਨਾਲ ਬੋਤਾ ਸਿੰਘ ਅਤੇ ਗਰਜਾ ਸਿੰਘ ਨੇ ਕਈਆਂ ਨੂੰ ਮਾਰ ਦਿਤਾ। ਬੋਤਾ ਸਿੰਘ ਅਤੇ ਗਰਜਾ ਸਿੰਘ ਅੱਜ ਵੀ ਸਿੱਖਾਂ ਲਈ ਪ੍ਰੇਰਨਾ ਸਰੋਤ ਬਣੇ ਹੋਏ ਹਨ।
- ਸਾਮਰਾਜ ਦਾ ਮਖੌਲ ਕਰਨ ਵਾਲੀ ਦੂਜੀ ਆਖਰੀ ਪੰਗਤੀ ਬਹੁਤੇ ਸਿੱਖ ਗ੍ਰੰਥਾਂ ਵਿੱਚੋਂ ਹਟਾ ਦਿੱਤੀ ਗਈ ਹੈ। ਅਜਿਹਾ ਇਸ ਲਈ ਕੀਤਾ ਗਿਆ ਹੈ ਤਾਂ ਜੋ ਇਹ ਜ਼ਾਲਮਾਂ ਵਿਰੁੱਧ ਸਿੱਖ ਮੁਹਿੰਮਾਂ ਲਈ ਇੱਕ ਰੈਲੀ ਨਾ ਬਣ ਜਾਵੇ। ਇਹ ਸਿੱਖ ਇਤਿਹਾਸ ਨੂੰ ਵਿਗਾੜਨ ਦੀ ਇੱਕ ਮਿਸਾਲ ਹੈ। ਇੱਕ ਪੰਗਤੀ ਨੂੰ ਹਟਾਉਣ ਨਾਲ ਜ਼ਾਲਮਾਂ ਨੂੰ ਲਲਕਾਰਨ ਦੀ ਜਗਹ ਇੱਕ ਮਖੌਲ ਦੀ ਗਲ ਬਨਾ ਕੇ ਰਖ ਦਿਤਾ।
- ਸਿੱਖ ਮਿਸਲ ਕਾਲ ਨੂੰ ਕਾਲਾ ਸਮਾਂ ਨਹੀਂ ਸਗੋਂ ਸਿੱਖ ਇਤਿਹਾਸ ਦਾ ਸੁਨਹਿਰਾ ਸਮਾਂ ਮੰਨਿਆ ਜਾਂਦਾ ਹੈ। ਇਹ ਮੁਸ਼ਕਿਲਾਂ ਨੇ ਹੀ ਸਿੱਖਾਂ ਵਿਚ ਤਾਕਤ ਪੈਦਾ ਕੀਤੀ ਹੈ। ਇਸ ਮੁਸ਼ਕਿਲਾਂ ਨੇ ਹੀ ਉਨ੍ਹਾਂ ਨੂੰ ਕਈ ਵਾਰ ਦਿੱਲੀ ਨੂੰ ਜਿੱਤਣ ਤੇ ਹੋਰ ਵੱਡੀਆਂ ਪ੍ਰਾਪਤੀਆਂ ਤੱਕ ਪਹੁੰਚਾਇਆ।

ਸਿਰਾਂ ਦੇ ਮੁਲ
ਗੁਰਦੁਆਰਾ ਮੇਹਦੀਆਣਾ ਸਾਹਿਬ, ਸਿੱਖ ਇਤਿਹਾਸ ਦਾ ਅਜਾਇਬ ਘਰ

ਸਿੱਖ ਮਿਸਲਾਂ

ਸਿੱਖ ਮਿਸਲਾਂ ਦੀ ਦਿੱਲੀ ਤੇ ਫਤੇਹ

ਪਾਠ 8

ਮਹਾਰਾਜਾ ਰਣਜੀਤ ਸਿੰਘ ਦਾ ਦੂਜਾ ਸਿੱਖ ਰਾਜ

- ਮਹਾਰਾਜਾ ਰਣਜੀਤ ਸਿੰਘ ਦੇ ਦੂਜੇ ਸਿੱਖ ਰਾਜ (1799-1849) ਨੂੰ ਨਿਆਂਪੂਰਨ (just), ਦਿਆਲੂ (benevolent), ਅਤੇ ਪ੍ਰਗਤੀਸ਼ੀਲ (progressive) ਰਾਜ ਮੰਨਿਆ ਜਾਂਦਾ ਹੈ।
- ਇਹ ਖੈਬਰ ਦੱਰੇ ਤੋਂ ਲੈ ਕੇ ਪੰਜਾਬ ਤੱਕ ਫੈਲਿਆ ਹੋਇਆ ਸੀ। ਉੱਤਰ ਵਿੱਚ, ਇਸ ਵਿੱਚ ਮੌਜੂਦਾ ਕਸ਼ਮੀਰ ਦਾ ਜ਼ਿਆਦਾਤਰ ਹਿੱਸਾ ਸ਼ਾਮਲ ਸੀ।
- ਇਸਦੀਆਂ ਮੁੱਖ ਪ੍ਰਾਪਤੀਆਂ ਸਨ:
  - ਵਿਸ਼ਵਵਿਆਪੀ ਸੁਭਾਅ (Cosmopolitan Nature): ਵੱਖ-ਵੱਖ ਪਿਛੋਕੜਾਂ ਅਤੇ ਧਰਮਾਂ ਦੇ ਲੋਕਾਂ ਨੇ ਸਰਕਾਰ ਵਿੱਚ ਸੇਵਾ ਕੀਤੀ। ਫੌਜ ਵਿੱਚ ਯੂਰਪੀਅਨ ਜਰਨੈਲ ਵੀ ਸ਼ਾਮਲ ਸਨ। ਮਹਾਰਾਜਾ ਰਣਜੀਤ ਸਿੰਘ ਨੂੰ ਸਿੱਖ ਅਤੇ ਗੈਰ-ਸਿੱਖ ਸਲਾਹਕਾਰਾਂ ਨਾਲ ਸਲਾਹ-ਮਸ਼ਵਰਾ ਕਰਨ ਤੋਂ ਬਾਅਦ ਧਰਮ ਨਿਰਪੱਖ-ਫੈਸਲਾ ਲੈਣ ਲਈ ਪ੍ਰਸ਼ੰਸਾ ਕੀਤੀ ਜਾਂਦੀ ਹੈ ਅਤੇ ਨਾਲ ਹੀ ਆਲੋਚਨਾ ਵੀ ਕੀਤੀ ਜਾਂਦੀ ਹੈ। ਸਿੱਖ ਧਾਰਮਿਕ ਸੰਸਥਾਵਾਂ ਦੀ ਭੂਮਿਕਾ ਘਟਾ ਦਿੱਤੀ ਗਈ ਸੀ। ਇਹ ਜ਼ਰੂਰੀ ਸੀ ਕਿਉਂਕਿ ਸਿੱਖ ਰਾਜ ਵਿੱਚ ਸਿੱਖ ਆਬਾਦੀ ਸਿਰਫ 12% ਸੀ, ਅਤੇ ਸ਼ਾਸਨ ਲਈ ਲੋੜੀਂਦੇ ਕਈ ਮਾਹਰ ਹੋਰ ਪਿਛੋਕੜਾਂ ਤੋਂ ਸਨ।
  - ਯੋਗਤਾ (Meritocracy): "ਮਹਾਰਾਜਾ ਕੋਲ ਹਰੇਕ ਅਹੁਦੇ ਲਈ ਕੌਮੀਅਤ ਅਤੇ ਭਾਈਚਾਰੇ ਦੀ ਪਰਵਾਹ ਕੀਤੇ ਬਿਨਾ ਸਹੀ ਆਦਮੀ ਦੀ ਚੋਣ ਕਰਨ ਅਤੇ ਉਨ੍ਹਾਂ ਸਾਰਿਆਂ ਦੀਆਂ ਸੇਵਾਵਾਂ ਦੀ ਵਰਤੋਂ ਕਰਨ ਦਾ ਇੱਕ ਕੀਮਤੀ ਤੋਹਫ਼ਾ ਸੀ।" (ਪ੍ਰੋ. ਗੰਡਾ ਸਿੰਘ ਅਤੇ ਪ੍ਰੋ. ਤੇਜਾ ਸਿੰਘ, 'ਮਹਾਰਾਜਾ ਰਣਜੀਤ ਸਿੰਘ', ਪੰਨਾ 223)।
  - ਸੰਘਵਾਦ (Federalism): ਸੂਬਿਆਂ ਨੂੰ ਖੁਦਮੁਖਤਿਆਰੀ ਸੀ।
  - ਜਨਤਕ ਸੁਰੱਖਿਆ, ਅਪਰਾਧ, ਸਜ਼ਾਵਾਂ ਅਤੇ ਕੈਦ: "ਜੁਰਮਾਨਾ ਸਜ਼ਾ ਦਾ ਮੁੱਖ ਰੂਪ ਸੀ। ਕੈਦ ਅਤੇ ਮੌਤ ਦੀ ਸਜ਼ਾ ਬਹੁਤ ਘੱਟ ਸੀ ਸਿਵਾਏ ਉੱਤਰ-ਪੱਛਮੀ ਸਰਹੱਦੀ ਜ਼ਿਲ੍ਹਿਆਂ ਦੇ ਪੇਸ਼ਾਵਰ ਅਤੇ ਹਜ਼ਾਰਾ ਨੂੰ ਛੱਡ ਕੇ। ਜੁਰਮ (Crime) ਵਿੱਚ ਕਾਫ਼ੀ ਕਮੀ ਆਈ ਹੈ, ਅਤੇ '[ਬੈਰਨ ਚਾਰਲਸ] ਹਿਊਗਲ ਦੀ ਗਵਾਹੀ ਤੇ ਅਸੀਂ ਦਾਅਵਾ ਕਰ ਸਕਦੇ ਹਾਂ ਕਿ ਪੰਜਾਬ ਉਸ ਸਮੇਂ ਬ੍ਰਿਟਿਸ਼ ਪ੍ਰਭੂਸੱਤਾ ਅਧੀਨ ਹਿੰਦੁਸਤਾਨ ਨਾਲੋਂ ਵੀ ਸੁਰੱਖਿਅਤ ਸੀ'।" (ਪ੍ਰੋ. ਗੰਡਾ ਸਿੰਘ ਅਤੇ ਪ੍ਰੋ. ਤੇਜਾ ਸਿੰਘ, 'ਮਹਾਰਾਜਾ ਰਣਜੀਤ ਸਿੰਘ', ਪੰਨਾ 225)।
  - ਵਪਾਰ ਲਈ ਯੋਗ ਵਾਤਾਵਰਣ: "ਮਹਾਰਾਜਾ ਰਣਜੀਤ ਸਿੰਘ ਦੁਆਰਾ ਵਪਾਰ ਅਤੇ ਵਣਜ ਨੂੰ ਉਤਸ਼ਾਹਿਤ ਕੀਤਾ ਗਿਆ ਸੀ। ਸ਼ਹਿਰਾਂ ਅਤੇ ਕਸਬਿਆਂ ਦੇ ਵਿਕਾਸ ਵੱਲ ਧਿਆਨ ਦੇ ਕੇ,

ਕਾਰੀਗਰਾਂ, ਵਪਾਰੀਆਂ, ਨਿਰਮਾਤਾਵਾਂ ਅਤੇ ਵਪਾਰੀਆਂ ਲਈ ਯੋਗ ਵਾਤਾਵਰਣ ਪ੍ਰਦਾਨ ਕੀਤਾ ਗਿਆ ਸੀ ਤਾਂ ਜੋ ਉਹ ਵਧ-ਫੁੱਲ ਸਕਣ।" (ਗੁਰਦੀਪ ਕੌਰ, 2019)

- ਫੌਜੀ ਪ੍ਰਾਪਤੀਆਂ: "ਲਗਭਗ ਅੱਠ ਸਦੀਆਂ ਤੱਕ, ਭਾਰਤ ਉੱਤਰ-ਪੱਛਮ ਤੋਂ ਵਿਦੇਸ਼ੀ ਹਮਲਾਵਰਾਂ ਦਾ ਸ਼ਿਕਾਰ ਰਿਹਾ ਹੈ ਜੋ ਇਸ ਦੇਸ਼ ਦੇ ਬੱਚਿਆਂ ਨੂੰ ਗਜ਼ਨੀ ਅਤੇ ਕੰਧਾਰ ਦੇ ਬਾਜ਼ਾਰਾਂ ਵਿੱਚ ਵੇਚਣ ਲਈ ਲੈ ਜਾਂਦੇ ਸਨ। ਮਹਾਰਾਜਾ ਰਣਜੀਤ ਸਿੰਘ ਦੀ ਇਸ ਜਿੱਤ ਨੇ ਉੱਤਰ-ਪੱਛਮੀ ਹਮਲਿਆਂ ਦੇ ਵਹਾਅ ਨੂੰ ਨਕਾਰ ਦਿੱਤਾ ਅਤੇ ਅਫਗਾਨਾਂ ਨੂੰ ਉਨ੍ਹਾਂ ਦੇ ਪਹਾੜੀ ਅਪਵਿੱਤਰ ਇਲਾਕਿਆਂ ਵਿੱਚ ਵਾਪਸ ਧੱਕ ਦਿੱਤਾ। ਇਸਨੇ ਪੂਰਬ ਤੋਂ ਪੱਛਮ ਵੱਲ ਜਿੱਤਾਂ ਦੀ ਲਹਿਰ ਨੂੰ ਮੋੜ ਦਿੱਤਾ - ਇੱਕ ਅਜਿਹੀ ਚੀਜ਼ ਜੋ ਭਾਰਤ ਦੇ ਇਤਿਹਾਸ ਲਈ ਹੁਣ ਤੱਕ ਅਣਜਾਣ ਹੈ, ਅਤੇ ਇੱਕ ਅਜਿਹੀ ਪ੍ਰਾਪਤੀ ਜਿਸ ਲਈ ਉਹ ਆਪਣੇ ਦੇਸ਼ ਵਾਸੀਆਂ ਤੋਂ ਸਭ ਤੋਂ ਵੱਡਾ ਸਿਹਰਾ ਪ੍ਰਾਪਤ ਕਰਨ ਦੇ ਹੱਕਦਾਰ ਹਨ।" (ਪ੍ਰੋ. ਗੰਡਾ ਸਿੰਘ ਅਤੇ ਪ੍ਰੋ. ਤੇਜਾ ਸਿੰਘ, 'ਮਹਾਰਾਜਾ ਰਣਜੀਤ ਸਿੰਘ', ਪੰਨਾ 34)।

- ਬੈਰਨ ਚਾਰਲਸ ਹਿਊਗਲ ਇੱਕ ਯੂਰਪੀ ਯਾਤਰੀ ਸੀ ਜਿਸਨੇ ਮਹਾਰਾਜਾ ਰਣਜੀਤ ਸਿੰਘ ਦੇ ਸਮੇਂ ਦੱਖਣੀ ਏਸ਼ੀਆ ਦਾ ਦੌਰਾ ਕੀਤਾ ਸੀ। ਉਸਨੇ ਲਿਖਿਆ "ਸ਼ਾਇਦ ਕਦੇ ਵੀ ਇੰਨਾ ਵੱਡਾ ਸਾਮਰਾਜ ਇੱਕ ਵਿਅਕਤੀ ਦੁਆਰਾ ਸਥਾਪਿਤ ਨਹੀਂ ਕੀਤਾ ਗਿਆ ਸੀ ਜਿਸ ਵਿੱਚ ਇੰਨਾ ਘੱਟ ਅਪਰਾਧ ਸੀ; ; ਅਤੇ ਜਦੋਂ ਅਸੀਂ ਦੇਸ਼ ਅਤੇ ਅਸਭਿਅਕ ਲੋਕਾਂ ਤੇ ਵਿਚਾਰ ਕਰਦੇ ਹਾਂ ਜਿਨ੍ਹਾਂ ਨਾਲ ਉਸਨੂੰ ਨਜਿੱਠਣਾ ਪਿਆ ਹੈ, ਤਾਂ ਉਸਦੀ ਨਰਮ ਅਤੇ ਸਮਝਦਾਰ ਸਰਕਾਰ ਨੂੰ ਹੈਰਾਨੀ ਦੀਆਂ ਭਾਵਨਾਵਾਂ ਨਾਲ ਦੇਖਿਆ ਜਾਣਾ ਚਾਹੀਦਾ ਹੈ।" (ਬੈਰਨ ਚਾਰਲਸ ਹਿਊਗਲ, 'ਕਸ਼ਮੀਰ ਅਤੇ ਪੰਜਾਬ ਵਿੱਚ ਯਾਤਰਾ', ਪੰਨਾ 382)।
- 50 ਸਾਲਾਂ ਬਾਅਦ ਸਿੱਖ ਰਾਜ ਕਿਉਂ ਡਿੱਗਿਆ? ਰਾਜ ਵਿਚ ਗੱਦਾਰਾਂ ਦੇ ਨਾਲ-ਨਾਲ ਕਈ ਹੋਰ ਕਾਰਨਾਂ ਕਰਕੇ ਸੀ। "ਸਿੱਖ ਸਾਮਰਾਜ ਦਾ ਉਭਾਰ ਅਤੇ ਪਤਨ ਕਦੇ ਵੀ ਅਸਲ ਵਿੱਚ ਇੱਕ ਸਵੈ-ਨਿਰਭਰ ਜਾਂ ਅਲੱਗ ਮਾਮਲਾ ਨਹੀਂ ਸੀ। ਅਸੀਂ ਇਸ ਤੱਥ ਨੂੰ ਨਜ਼ਰਅੰਦਾਜ਼ ਨਹੀਂ ਕਰ ਸਕਦੇ ਕਿ ਇਸਦੀ ਕਹਾਣੀ ਉਨ੍ਹੀਵੀਂ ਸਦੀ ਦੇ ਵਿਸ਼ਾਲ ਸੰਸਾਰ ਵਿੱਚ ਸਮਾਈ ਹੋਈ ਹੈ, ਇੱਕ ਅਜਿਹਾ ਸਮਾਂ ਜਦੋਂ ਦੁਨੀਆ ਭਰ ਦੇ ਸ਼ਾਹੀ ਕੁਲੀਨ ਵਰਗ ਦੀਆਂ ਸ਼ਕਤੀਆਂ ਅਤੇ ਵਿਸ਼ੇਸ਼ ਅਧਿਕਾਰ ਵੱਡੀ ਚੁਣੌਤੀ ਅਤੇ ਤਬਦੀਲੀ ਦੇ ਅਧੀਨ ਸਨ।" (ਡਾ. ਪ੍ਰਿਆ ਅਟਵਾਲ, 'Royals and Rebels: the Rise and Fall of the Sikh Empire', ਪੰਨਾ 209)।
- "ਇਤਿਹਾਸ ਵਿੱਚ ਉਸਦੀ ਸ਼ਾਨਦਾਰ ਫੌਜੀ ਪ੍ਰਤਿਭਾ, ਯੋਗ ਪ੍ਰਸ਼ਾਸਕ ਅਤੇ ਚਲਾਕ ਰਾਜਨੀਤੀ ਦਾ ਕੋਈ ਮੁਕਾਬਲਾ ਨਹੀਂ ਮਿਲਦਾ।" (Gurdeep Kaur, 2019)
- ਬੀਬੀਸੀ ਇਤਿਹਾਸ (BBC History) ਦੇ ਇਤਿਹਾਸਕਾਰਾਂ ਦੇ ਇੱਕ ਸਰਵੇਖਣ ਦੁਆਰਾ ਮਹਾਰਾਜਾ ਰਣਜੀਤ ਸਿੰਘ ਨੂੰ 'ਇਤਿਹਾਸ ਦਾ ਸਭ ਤੋਂ ਮਹਾਨ ਸ਼ਾਸਕ' ਚੁਣਿਆ। (BBC History, 2020)

- "ਮਹਾਰਾਜਾ ਰਣਜੀਤ ਸਿੰਘ ਆਪਣੇ ਵਿਲੱਖਣ ਗੁਣਾਂ ਨਾਲ ਵਿਸ਼ਵ ਇਤਿਹਾਸ ਦੇ ਪੰਨਿਆਂ ਵਿੱਚ ਸੁਨਹਿਰੀ ਅੱਖਰਾਂ ਵਿੱਚ ਲਿਖਿਆ ਹੋਇਆ ਹੈ।" (Gurdeep Kaur, 2019)

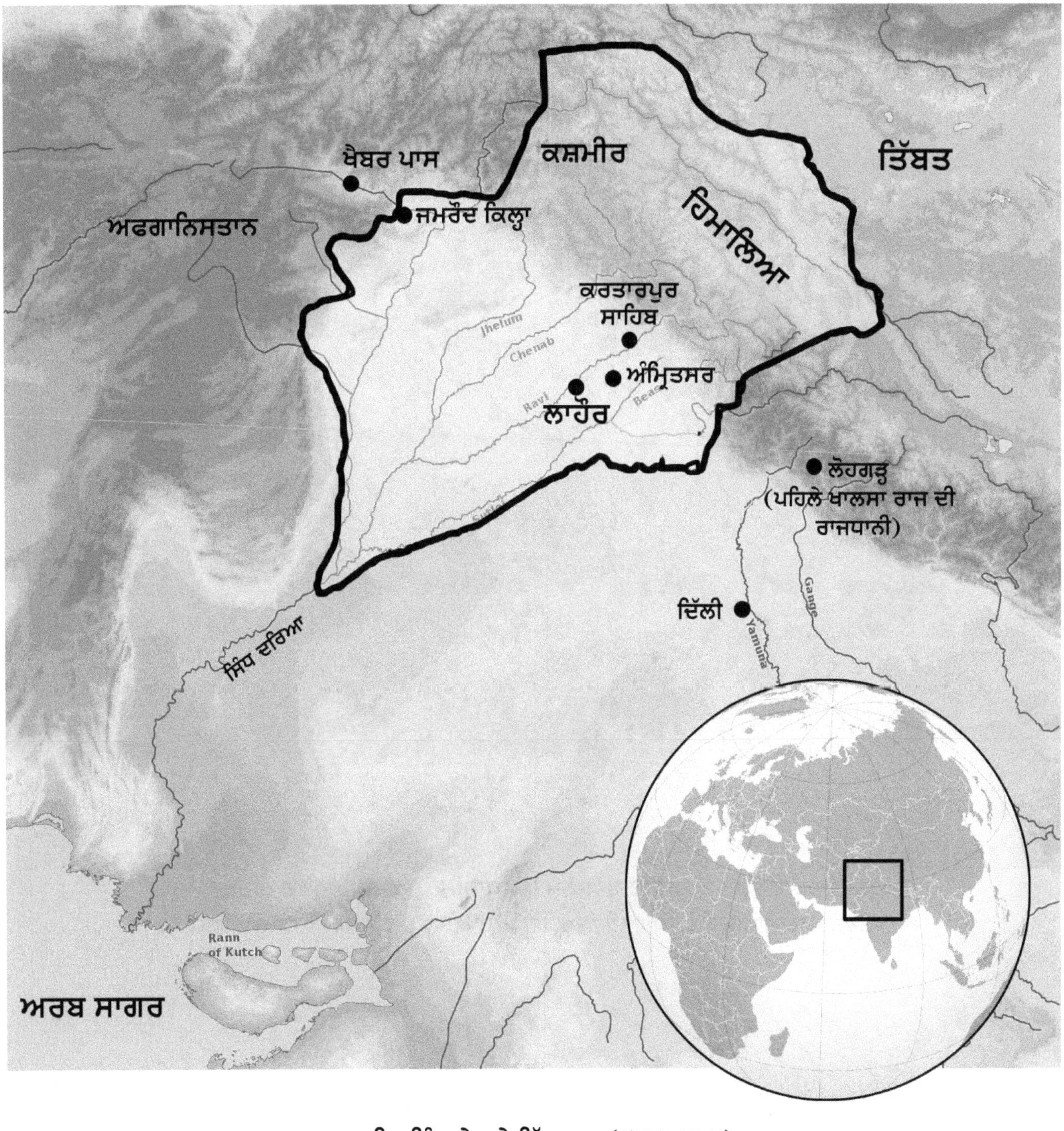

ਮਹਾਰਾਜਾ ਰਣਜੀਤ ਸਿੰਘ ਦੇ ਦੂਜੇ ਸਿੱਖ ਰਾਜ (1799-1849) ਦਾ ਨਕਸ਼ਾ

ਕਰਨਲ ਅਲੈਗਜ਼ੈਂਡਰ ਗਾਰਡਨਰ ਦਾ ਜਨਮ ਵਿਸਕਾਨਸਿਨ, ਅਮਰੀਕਾ ਵਿੱਚ ਹੋਇਆ ਸੀ।
ਉਹ ਮਹਾਰਾਜਾ ਰਣਜੀਤ ਸਿੰਘ ਦੀ ਸਿੱਖ ਫੌਜ ਵਿੱਚ ਕਰਨਲ ਵਜੋਂ ਸੇਵਾ ਨਿਭਾਉਂਦੇ ਸਨ।

ਪਾਠ 9

ਜਮਰੌਦ

- ਜਮਰੌਦ ਕਿਲ੍ਹਾ ਇੱਕ ਇਤਿਹਾਸਕ ਕਿਲ੍ਹਾ ਹੈ ਜੋ ਸਿੱਖ ਜਰਨੈਲ ਹਰੀ ਸਿੰਘ ਨਲਵਾ ਦੁਆਰਾ 1836 ਵਿੱਚ ਬਣਵਾਇਆ ਗਿਆ ਸੀ।
- ਇਸਦੀ ਉਸਾਰੀ ਪੇਸ਼ਾਵਰ ਦੀ ਜਿੱਤ (1818) ਤੋਂ ਬਾਅਦ ਕੀਤੀ ਗਈ ਸੀ। ਇਹ ਖੈਬਰ ਪਾਸ ਰਾਹੀਂ ਪੱਛਮ ਤੋਂ ਅਫਗਾਨਾਂ ਦੇ ਹਮਲੇ ਨੂੰ ਰੋਕਣ ਲਈ ਬਣਾਇਆ ਗਿਆ ਸੀ।
- ਜਮਰੌਦ ਮਹਾਰਾਜਾ ਰਣਜੀਤ ਸਿੰਘ ਦੇ ਸਿੱਖ ਰਾਜ ਦੀ ਪੱਛਮੀ ਸੀਮਾ ਤੇ ਸੀ ਤੇ ਸਿੱਖ ਰਾਜ ਦੀ ਪੱਛਮ ਤੋਂ ਰਖਿਆ ਕਰਦਾ ਸੀ।
- ਸਿੱਖ ਸੱਭਿਆਚਾਰ ਵਿੱਚ ਜਮਰੌਦ ਦੀ ਮਹੱਤਤਾ ਹੈ। ਜੋ ਕੋਈ ਕੁਝ ਵੱਡਾ ਪ੍ਰਾਪਤ ਕਰਦਾ ਹੈ, ਤਾਂ 'ਜਮਰੌਦ ਫਤੇਹ ਕਰ ਲਿਆ' ਕਿਹਾ ਜਾਂਦਾ ਹੈ।
- ਹਰੀ ਸਿੰਘ ਨਲਵਾ ਜੰਗ ਵਿੱਚ ਜ਼ਖਮੀ ਹੋਣ ਤੋਂ ਬਾਅਦ ਜਮਰੌਦ ਦੇ ਕਿਲ੍ਹੇ ਵਿੱਚ ਸ਼ਹੀਦ ਹੋ ਗਏ। ਉਨ੍ਹਾਂ ਦੀ ਯਾਦਗਾਰ ਵਿੱਚ ਕਿਲ੍ਹੇ ਦੇ ਬਿਲਕੁਲ ਬਾਹਰ ਕੰਧ ਦੇ ਨਾਲ ਜੁੜੀ ਹੋਈ ਇਕ ਇਮਾਰਤ ਹੈ।
- ਜਮਰੌਦ ਕਿਲ੍ਹੇ ਤੋਂ 20 ਕਿਲੋਮੀਟਰ ਪੂਰਬ ਵੱਲ ਪੇਸ਼ਾਵਰ ਵਿੱਚ ਬਾਲਾ ਹਿਸਾਰ ਕਿਲ੍ਹਾ ਵੀ ਹੈ।

ਜਮਰੌਦ ਦਾ ਕਿਲਾ, 1910

ਪਾਠ 10

ਸਿੱਖਾਂ ਦੇ ਸਿੱਕੇ

- ਸਿੱਕੇ ਪ੍ਰਭੂਸੱਤਾ ਦੀ ਨਿਸ਼ਾਨੀ ਹੈ।
- ਬੰਦਾ ਸਿੰਘ ਬਹਾਦਰ ਦੀ ਅਗਵਾਈ ਹੇਠ ਸਿੱਖਾਂ ਨੇ 1710 ਵਿੱਚ ਆਪਣਾ ਪਹਿਲਾ ਰਾਜ ਸਥਾਪਿਤ ਕੀਤਾ। ਉਨ੍ਹਾਂ ਨੇ ਆਪਣਾ ਸਿੱਕਾ ਬਣਾਇਆ। ਇਹ ਸ਼ੁੱਧ ਚਾਂਦੀ ਦਾ ਸਿੱਕਾ ਸੀ।
- ਸਿੱਕੇ ਉੱਤੇ ਲਿਖਿਆ ਹੈ: ਗੁਰੂ ਨਾਨਕ ਦੀ ਬਖਸ਼ਿਸ਼ ਨਾਲ, ਦੋ ਜਹਾਨਾਂ (ਰੂਹਾਨੀ ਅਤੇ ਸੰਸਾਰਿਕ) ਲਈ ਸਿੱਕਾ। ਰਾਜਾਂ ਦੇ ਰਾਜਾ ਗੁਰੂ ਗੋਬਿੰਦ ਸਿੰਘ ਦੀ ਜਿੱਤ ਨਾਲ, ਗੁਰੂ ਨਾਨਕ ਦੀ ਤੇਗ, ਅਤੇ ਸੱਚੇ ਪਾਤਸ਼ਾਹ ਦੀ ਕਿਰਪਾ ਨਾਲ।
- ਮਹਾਰਾਜਾ ਰਣਜੀਤ ਸਿੰਘ ਦੀ ਅਗਵਾਈ ਹੇਠ ਸਿੱਖਾਂ ਨੇ 1799-1849 ਵਿੱਚ ਆਪਣਾ ਦੂਜਾ ਸਿੱਖ ਰਾਜ ਦੁਬਾਰਾ ਸਥਾਪਿਤ ਕੀਤਾ। ਉਨ੍ਹਾਂ ਨੇ 10 ਤੋਂ ਵੱਧ ਟਕਸਾਲਾਂ ਤੋਂ ਸਿੱਕੇ ਜਾਰੀ ਕੀਤੇ।
- ਦੋ ਸਿੱਖ ਰਾਜਾਂ ਦੇ ਵਿਚਲੇ ਸਮੇਂ ਨੂੰ ਮਿਸਲ ਕਾਲ ਕਿਹਾ ਜਾਂਦਾ ਹੈ। ਸਿੱਖਾਂ ਕੋਲ ਰਾਜ ਨਹੀਂ ਸੀ ਪਰ ਉਹ ਆਪਣੇ ਸਿੱਕੇ ਜਾਰੀ ਕਰਦੇ ਸਨ।
- ਸਿੱਖਾਂ ਦੇ ਸਿੱਕਿਆਂ ਦੀਆਂ ਵਿਲੱਖਣ ਵਿਸ਼ੇਸ਼ਤਾਵਾਂ ਇਹ ਹਨ:
  - ਸਿੱਕਿਆਂ ਤੇ ਮੌਜੂਦਾ ਰਾਜੇ ਜਾਂ ਸਿੱਖ ਗੁਰੂਆਂ ਦੀਆਂ ਤਸਵੀਰਾਂ ਨਹੀਂ ਸਨ। ਇਹ ਸਿੱਖ ਸਿਧਾਂਤਾਂ ਦੇ ਅਨੁਸਾਰ ਹੈ ਕਿ ਲੋਕਾਂ ਅਤੇ ਸ਼ਖਸੀਅਤਾਂ ਦੀ ਵਡਿਆਈ ਨਾ ਕੀਤੀ ਜਾਵੇ, ਅਤੇ ਮੂਰਤੀ ਪੂਜਾ ਨਾ ਕੀਤੀ ਜਾਵੇ।
  - ਸਿੱਖਾਂ ਨੇ 1849 ਵਿੱਚ ਸਿੱਖ ਰਾਜ ਦੇ ਅੰਤ ਤੱਕ ਆਪਣੇ ਸ਼ੁੱਧ ਚਾਂਦੀ ਦੇ ਸਿੱਕਿਆਂ ਵਿੱਚ ਤਾਂਬੇ ਵਰਗੀਆਂ ਸਸਤੀਆਂ ਧਾਤਾਂ ਨਾਲ ਮਿਲਾਵਟ ਨਹੀਂ ਕੀਤੀ। ਇਹ ਮਹੱਤਵਪੂਰਨ ਹੈ ਕਿਉਂਕਿ ਅੱਜ ਦੁਨੀਆ ਵਿੱਚ ਲਗਭਗ ਸਾਰੀਆਂ ਸਮੱਸਿਆਵਾਂ ਮੁਦਰਾ ਛਪਾਈ ਅਤੇ ਘਟੀਆ ਮੁਦਰਾ ਕਰਕੇ ਮਹਿੰਗਾਈ ਕਾਰਨ ਹਨ।
  - ਸਿੱਖਾਂ ਨੇ ਉਦੋਂ ਵੀ ਸਿੱਕੇ ਜਾਰੀ ਕੀਤੇ ਜਦੋਂ ਉਨ੍ਹਾਂ ਕੋਲ ਰਾਜ ਨਹੀਂ ਸੀ ਕਿਉਂਕਿ ਉਨ੍ਹਾਂ ਨੇ ਆਪਣੇ ਖੇਤਰ ਵਿੱਚ ਦਬਦਬਾ ਬਣਾਇਆ ਭਾਵੇਂ ਉਹ ਇੱਕ ਛੋਟਾ ਜਿਹੀ ਘੱਟ ਗਿਣਤੀ ਵਾਲਾ ਪੰਥ ਸੀ।

ਬੰਦਾ ਸਿੰਘ ਬਹਾਦਰ ਦੇ ਪਹਿਲੇ ਸਿੱਖ ਰਾਜ (1710-1715) ਦੇ ਸ਼ੁੱਧ ਚਾਂਦੀ ਦੇ ਸਿੱਕੇ।

ਜੱਸਾ ਸਿੰਘ ਆਹਲੂਵਾਲੀਆ ਦੇ ਸਮੇਂ ਜਾਰੀ ਹੋਇਆ ਸਿੱਕਾ
ਸਿੱਖ ਮਿਸਲਾਂ, 1765 ਈ. (Wikipedia, 2025)

ਮਹਾਰਾਜਾ ਰਣਜੀਤ ਸਿੰਘ ਦੇ ਦੂਜੇ ਸਿੱਖ ਰਾਜ ਦੇ ਨਿਮਕ ਟਕਸਾਲ ਦੇ ਸਿੱਕੇ (1849 ਈ.)।

ਪਾਠ 11

ਸਿਕਲੀਗਰ ਸਿੱਖਾਂ ਦੀਆਂ ਵੂਟਜ਼ ਸਟੀਲ ਦੀ ਤਲਵਾਰਾਂ

- ਵੂਟਜ਼ ਸਟੀਲ ਇੱਕ ਕਿਸਮ ਦਾ ਸਟੀਲ ਹੈ ਜੋ ਤਲਵਾਰਾਂ ਬਣਾਉਣ ਲਈ ਵਰਤਿਆ ਜਾਂਦਾ ਹੈ। ਇਹ ਆਪਣੀ ਤਾਕਤ, ਲਚਕਤਾ, ਹਲਕੇਪਨ, ਅਤੇ ਤਿੱਖੀ ਧਾਰ ਲਈ ਪ੍ਰਸਿੱਧ ਸੀ। ਜਾਪਾਨੀ ਕਟਾਨਾ ਵਿਲੱਖਣ ਵਿਸ਼ੇਸ਼ਤਾਵਾਂ ਵਾਲੀ ਇੱਕ ਹੋਰ ਮਹਾਨ ਤਲਵਾਰ ਹੈ।
- ਵੂਟਜ਼ ਸਟੀਲ ਦੀ ਤਲਵਾਰਾਂ Crusade ਧਰਮ ਯੁੱਧ (1095-1291) ਤੋਂ ਲੈ ਕੇ ਐਂਗਲੋ-ਸਿੱਖ ਯੁੱਧਾਂ (1845-49) ਤੱਕ ਦੀਆਂ ਲੜਾਈਆਂ ਵਿੱਚ ਵਰਤਿਆਂ ਗਈਆਂ ਸਨ। ਅੱਜ ਇਹਨਾਂ ਬਾਰੇ ਬਹੁਤ ਸਾਰੀ ਗਲਤ ਜਾਣਕਾਰੀ ਹੈ ।
- ਵੂਟਜ਼ ਨਾਮ ਦੱਖਣੀ ਭਾਰਤ ਤੋਂ ਆਇਆ ਹੈ ਜਿੱਥੇ ਇਹ ਤਲਵਾਰਾਂ ਪਹਿਲੀ ਵਾਰ ਬਣਾਈਆਂ ਗਈਆਂ ਸਨ। ਇਹਨਾਂ ਨੂੰ ਸਥਾਨਕ ਭਾਸ਼ਾ ਵਿੱਚ 'ਵੂਕੂ' - ਫਿਊਜ਼ਡ ਧਾਤ - ਵਜੋਂ ਜਾਣਿਆ ਜਾਂਦਾ ਸੀ। ਇਹ ਨਾਮ ਸਮੇਂ ਦੇ ਨਾਲ 'ਵੂਟਜ਼' ਵਿੱਚ ਬਦਲ ਗਿਆ। ਉੱਤਰੀ ਭਾਰਤੀ ਅਤੇ ਮੱਧ ਪੂਰਬ ਵਿੱਚ, ਸਮਾਨ ਵਿਸ਼ੇਸ਼ਤਾਵਾਂ ਵਾਲੇ ਕਰੂਸੀਬਲ ਸਟੀਲ ਨੂੰ ਫੁਲਾਦ ਕਿਹਾ ਜਾਂਦਾ ਸੀ।
- ਵੂਟਜ਼ (ਅਤੇ ਫੁਲਾਦ) ਸਟੀਲ ਇੱਕ ਕਿਸਮ ਦਾ ਕਰੂਸੀਬਲ ਸਟੀਲ ਹੈ। ਲੋਹੇ ਨੂੰ ਪੱਤਿਆਂ ਅਤੇ ਜੈਵਿਕ ਪਦਾਰਥਾਂ ਤੋਂ ਕਾਰਬਨ ਨਾਲ ਮਿਲਾਇਆ ਜਾਂਦਾ ਹੈ, ਅਤੇ ਪਿਘਲੇ ਹੋਏ ਸ਼ੀਸ਼ੇ ਨਾਲ ਸੀਲ ਕੀਤੇ ਇੱਕ ਏਅਰਟਾਈਟ ਕਰੂਸੀਬਲ ਵਿੱਚ ਗਰਮ ਕੀਤਾ ਜਾਂਦਾ ਹੈ। ਫਿਰ ਕਰੂਸੀਬਲ ਤੋਂ ਨਿਕਲੇ carbon ਸਟੀਲ ਨੂੰ ਕਾਰੀਗਰਾਂ ਦੁਆਰਾ ਹਥੌੜੇ ਮਾਰ ਕੇ ਤਲਵਾਰ ਦਾ ਰੂਪ ਦਿਤਾ ਜਾਂਦਾ ਹੈ।
- ਵੂਟਜ਼ ਸਟੀਲ ਦੇ ਵਿਲੱਖਣ ਗੁਣ ਲੋਹੇ ਵਿੱਚ ਵੈਨੇਡੀਅਮ ਤੋਂ ਆਉਂਦੇ ਹਨ। ਵਿਲੱਖਣ ਗੁਣ ਤਲਵਾਰ ਬਣਾਉਣ ਦੇ ਤਰੀਕੇ ਤੋਂ ਵੀ ਆਉਂਦੇ ਹਨ। ਕਾਰੀਗਰ ਇੱਕ ਪਾਸੇ ਉੱਚ ਕਾਰਬਨ ਮਜ਼ਬੂਤ ਸਟੀਲ ਅਤੇ ਦੂਜੇ ਪਾਸੇ ਘੱਟ ਕਾਰਬਨ ਲਚਕਦਾਰ ਸਟੀਲ ਨੂੰ ਰਖਦੇ ਹਨ। ਇਹ ਤਲਵਾਰ ਨੂੰ ਲਚਕੀਲਾ ਅਤੇ ਪੱਕਾ ਬਣਾਉਂਦਾ ਹੈ। (J.D. Verhoeven, A.H. Pendray, and W.E. Dauksch, 1998)
- ਵੂਟਜ਼ ਸਟੀਲ ਦੀਆਂ ਤਲਵਾਰਾਂ ਨੂੰ ਬਲੇਡ ਦੀਆਂ ਬਰੀਕ ਲਹਿਰਾਂ ਦੇ ਪੈਟਰਨ ਦੁਆਰਾ ਆਸਾਨੀ ਨਾਲ ਪਛਾਣਿਆ ਜਾ ਸਕਦਾ ਹੈ।
- ਮੱਧ ਪੂਰਬ (Middle East) ਤੋਂ ਇਸਲਾਮੀ ਰਾਜਾ ਸਲਾਦੀਨ (1137-93) ਦੁਆਰਾ crusade ਧਰਮ ਯੁੱਧਾਂ ਵਿੱਚ ਵੂਟਜ਼ ਸਟੀਲ ਦੀ ਵਰਤੋਂ ਕੀਤੀ ਗਈ ਸੀ। (Andy Extance, 2016)
- ਵੂਟਜ਼ ਸਟੀਲ ਮੱਧ ਪੂਰਬ ਅਤੇ ਦਮਸਕਸ ਸੀਰੀਆ ਨੂੰ export ਕੀਤੇ ਜਾਂਦੇ ਸਨ। ਸਟੀਲ ਦੀ ਵਰਤੋਂ ਉੱਥੋਂ ਦੇ ਕਾਰੀਗਰ ਤਲਵਾਰਾਂ ਬਣਾਉਣ ਲਈ ਕਰਦੇ ਸਨ।

- ਗੁਰੂ ਗੋਬਿੰਦ ਸਿੰਘ ਵੂਟਜ਼ ਸਟੀਲ ਦੇ ਕਾਰੀਗਰਾਂ ਦੇ ਕੰਮ ਤੋਂ ਪ੍ਰਭਾਵਿਤ ਹੋਏ। ਉਨ੍ਹਾਂ ਨੇ ਉਨ੍ਹਾਂ ਨੂੰ ਸਿਕਲੀਗਰ (ਜੋ ਪਾਲਿਸ਼ ਕਰਦਾ ਹੈ) ਸਿੱਖਾਂ ਵਜੋਂ ਸਨਮਾਨਿਤ ਕੀਤਾ ਅਤੇ ਉਨ੍ਹਾਂ ਨੂੰ ਖਾਲਸਾ ਫੌਜ ਲਈ ਤਲਵਾਰਾਂ ਅਤੇ ਹਥਿਆਰ ਬਣਾਉਣ ਦਾ ਕੰਮ ਸੌਂਪਿਆ।
- ਸਮੇਂ ਦੇ ਨਾਲ ਵੈਨੇਡੀਅਮ ਵਾਲੇ ਲੋਹੇ ਦੀ ਕਮੀ ਕਾਰਨ ਵੂਟਜ਼ ਸਟੀਲ ਦਾ ਉਤਪਾਦਨ ਘਟ ਗਿਆ।
- ਸਿੱਖ ਰਾਜ ਦੇ ਪਤਨ ਤੋਂ ਬਾਅਦ, ਅੰਗਰੇਜ਼ਾਂ ਨੇ ਸਿਕਲੀਗਰ ਸਿੱਖਾਂ ਨੂੰ ਅਪਰਾਧੀ ਕਬੀਲੇ ਘੋਸ਼ਿਤ ਕੀਤਾ। ਇਹ ਘੱਟ ਗੁਣਵੱਤਾ ਵਾਲੇ ਬ੍ਰਿਟਿਸ਼ ਸਟੀਲ ਦਾ ਵਪਾਰ ਬਚਾਉਣ ਲਈ ਕੀਤਾ ਗਿਆ ਸੀ।
- ਇਹ ਸ਼ਾਇਦ ਵੂਟਜ਼ ਸਟੀਲ ਤਲਵਾਰਾਂ ਦਾ ਵੱਡੇ ਪੱਧਰ ਤੇ ਆਖਰੀ ਨਿਰਮਾਣ ਸੀ। ਸਿਕਲੀਗਰ ਸਿੱਖਾਂ ਨੂੰ ਇਸ ਗੁੰਮ ਹੋਈ ਕਲਾ ਦੇ ਆਖਰੀ ਕਾਰੀਗਰ ਮੰਨਿਆ ਜਾ ਸਕਦਾ ਹੈ।
- ਅੱਜ ਕੱਲ੍ਹ ਲਹਿਰਾਂ ਵਾਲਿਆਂ ਤਲਵਾਰਾਂ ਜ਼ਿਆਦਾਤਰ ਦਮਸਕਸ ਸਟੀਲ ਜਾਂ ਪੈਟਰਨ ਸਟੀਲ ਦੀਆਂ ਹਨ। ਇਹ ਸਿਰਫ਼ ਪਤਲੇ ਸਟੀਲ ਦੀਆਂ ਪਰਤਾਂ ਹਨ ਜੋ ਆਪਣੇ ਆਪ ਤੇ ਲਪੇਟੀਆਂ ਹੋਈਆਂ ਹਨ। ਇਹ ਵੂਟਜ਼ ਸਟੀਲ ਵਰਗੀ ਚੀਜ਼ ਨਹੀਂ ਹੈ ਅਤੇ ਇਸ ਦੀਆਂ ਕੋਈ ਵੀ ਵਿਲੱਖਣ ਵਿਸ਼ੇਸ਼ਤਾਵਾਂ ਨਹੀਂ ਹਨ। (Andrew North, 2024)
- ਜਿਵੇਂ ਕਿ ਪਹਿਲਾਂ ਦੱਸਿਆ ਗਿਆ ਹੈ, ਵੂਟਜ਼ ਸਟੀਲ ਅਤੇ ਦੇਖਨ ਵਿੱਚ ਇਕੋ ਜੇਹੀ ਦਮਸਕਸ ਸਟੀਲ ਅਤੇ ਪੈਟਰਨ ਸਟੀਲ ਬਾਰੇ ਬਹੁਤ ਸਾਰੀ ਵਿਵਾਦਪੂਰਨ ਜਾਣਕਾਰੀ ਹੈ।

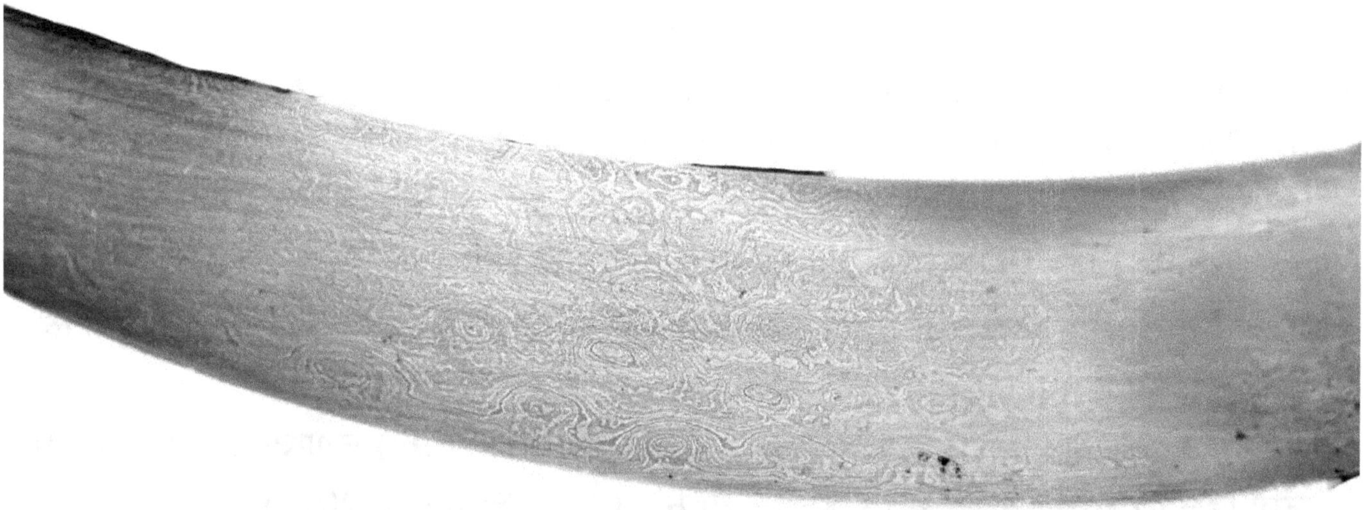

ਵੂਟਜ਼ ਸਟੀਲ ਤਲਵਾਰ ਤੇ ਲਹਿਰਾਂ।

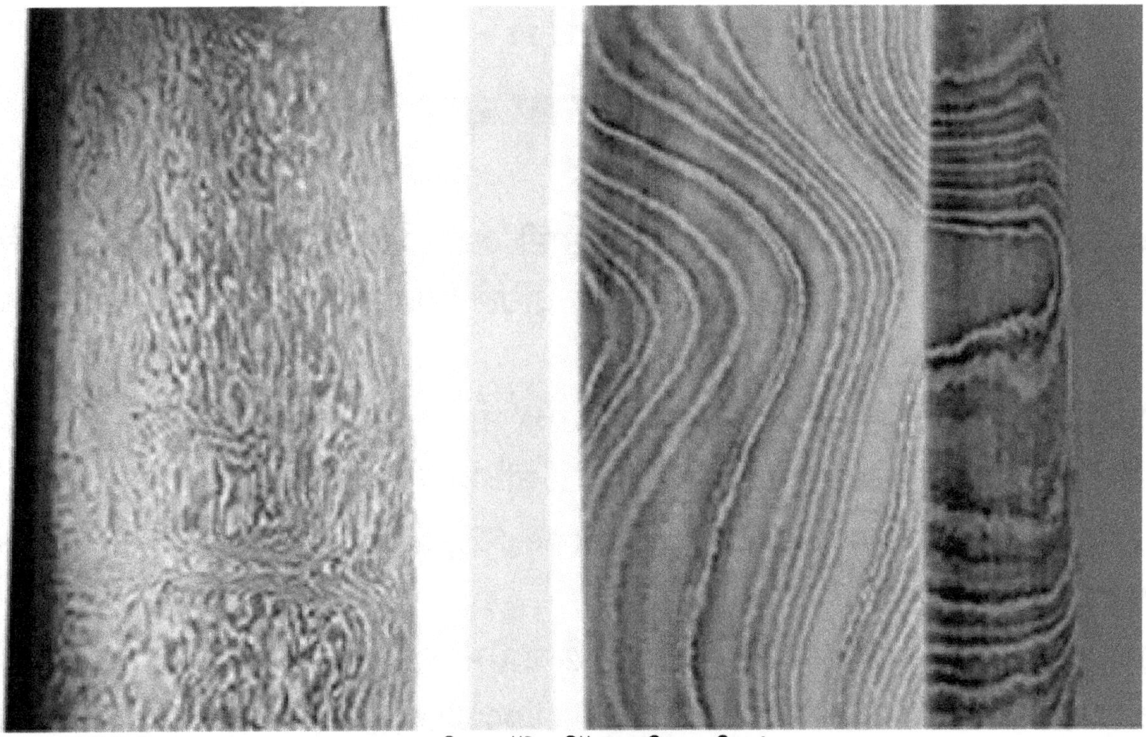

ਵੂਟਜ਼ ਸਟੀਲ (ਖੱਬੇ) ਵਿੱਚ ਬਰੀਕ ਲਹਿਰਾਂ,
ਅਤੇ ਦਮਸਕਸ ਅਤੇ ਪੈਟਰਨ ਸਟੀਲ (ਸੱਜੇ) ਵਿੱਚ ਮੋਟੀਆਂ ਲਹਿਰਾਂ।

ਤੋੜੇ ਹੋਏ ਕਰੂਸੀਬਲ ਵਿੱਚ ਸਟੀਲ ਦਾ ਪਿੰਨਾ।

ਪਾਠ 12

ਲੋਹਗੜ੍ਹ: ਪਹਿਲੇ ਖਾਲਸਾ ਰਾਜ ਦੀ ਰਾਜਧਾਨੀ

- ਸਿੱਖ ਜਰਨੈਲ ਅਤੇ ਪ੍ਰਸ਼ਾਸਕ ਬੰਦਾ ਸਿੰਘ ਬਹਾਦਰ ਦੀ ਅਗਵਾਈ ਹੇਠ ਸਿੱਖਾਂ ਨੇ ਮਈ 1710 ਵਿੱਚ ਪਹਿਲੇ ਸਿੱਖ ਰਾਜ ਦੀ ਸਥਾਪਨਾ ਕੀਤੀ। ਨਾਲ ਹੀ ਪਹਿਲੇ ਸਿੱਖ ਰਾਜ ਦੀ ਰਾਜਧਾਨੀ ਲੋਹਗੜ੍ਹ ਸਥਾਪਿਤ ਕੀਤੀ।
- ਲੋਹਗੜ੍ਹ ਕਿਲਾ 7000 ਏਕੜ ਵਿੱਚ ਫੈਲਿਆ ਹੋਇਆ ਸੀ। ਇਸਨੂੰ ਇਤਿਹਾਸ ਦੇ ਸਭ ਤੋਂ ਵੱਡੇ ਕਿਲ੍ਹਿਆਂ ਵਿੱਚੋਂ ਇੱਕ ਮੰਨਿਆ ਜਾ ਸਕਦਾ ਹੈ। ਇਸ ਵਿੱਚ 52 ਰੱਖਿਆ ਕਿਲਾਬੰਦੀਆਂ ਸਨ। ਇਸ ਨੂੰ 'ਕਿਲ੍ਹਿਆਂ ਦਾ ਨੈੱਟਵਰਕ' ਕਿਹਾ ਗਿਆ ਹੈ। (Lohgarh Zone-52 advance forts, Lohgarh Trust, 2026)
- ਲੋਹਗੜ੍ਹ ਟਰੱਸਟ ਦੁਆਰਾ ਪ੍ਰਕਾਸ਼ਿਤ ਨਕਸ਼ਾ ਕਿਲ੍ਹੇ ਦੇ ਪੈਮਾਨੇ ਨੂੰ ਦਰਸਾਉਂਦਾ ਹੈ, "ਇਹ ਲਗਭਗ 50-ਕਿਲੋਮੀਟਰ ਦੇ ਘੇਰੇ ਵਿੱਚ ਫੈਲਿਆ ਹੋਇਆ ਹੈ।" (Location, Lohgarh Trust, 2026)
- ਕਿਲ੍ਹੇ ਦੀ ਉਸਾਰੀ ਦਾ ਕੰਮ ਬੰਦਾ ਸਿੰਘ ਬਹਾਦਰ ਤੋਂ ਪਹਿਲਾਂ ਸਿੱਖ ਗੁਰੂਆਂ ਦੁਆਰਾ ਸ਼ੁਰੂ ਕੀਤਾ ਗਿਆ ਸੀ। (Khalsa Capital, Lohgarh Trust, 2-26)
- ਬੰਜਾਰਾ ਸਿੱਖਾਂ ਅਤੇ ਲੱਖੀ ਸ਼ਾਹ ਬੰਜਾਰਾ ਨੇ ਕਿਲ੍ਹੇ ਦੀ ਉਸਾਰੀ ਵਿਚ ਅਹਿਮ ਭੂਮਿਕਾ ਨਿਭਾਈ। (Khalsa Capital, Lohgarh Trust, 2-26)
- ਕਿਲ੍ਹਾ ਪਹਾੜੀ ਅਤੇ ਪਹੁੰਚਣ ਲਈ ਮੁਸ਼ਕਲ ਖੇਤਰਾਂ ਵਿੱਚ ਬਣਾਇਆ ਗਿਆ ਸੀ। ਇਹ ਹਮਲਾਵਰ ਫ਼ੌਜਾਂ ਤੋਂ ਬਚਾਉਣ ਲਈ ਕੀਤਾ ਗਿਆ ਸੀ।
- ਬੰਦਾ ਸਿੰਘ ਬਹਾਦਰ ਦੇ ਪਹਿਲੇ ਖਾਲਸਾ ਰਾਜ ਦੇ ਪਤਨ ਤੋਂ ਬਾਅਦ ਮੁਗਲਾਂ ਨੇ 35 ਸਾਲ ਲਗਾ ਕੇ ਕਿਲ੍ਹੇ ਨੂੰ ਤਬਾਹ ਕਰ ਦਿਤਾ। ਇਹ ਮਸੋਲੂ ਖਾਨ, ਜਿਸ ਨੂੰ ਮਾਸਾ ਰੰਗਾਰ ਵੀ ਕਿਹਾ ਜਾਂਦਾ ਹੈ, ਦੁਆਰਾ ਕੀਤਾ ਗਿਆ ਸੀ।
- ਮੁਖਲਿਸਗੜ੍ਹ ਕਿਲ੍ਹਾ ਇੱਕ ਵੱਖਰਾ ਕਿਲ੍ਹਾ ਹੈ ਜੋ ਸਿੱਖ ਇਤਿਹਾਸ ਜਾਂ ਲੋਹਗੜ੍ਹ ਨਾਲ ਸਬੰਧਤ ਨਹੀਂ ਹੈ।
- ਅੰਮ੍ਰਿਤਸਰ ਅਤੇ ਆਨੰਦਪੁਰ ਸਾਹਿਬ ਵਿੱਚ ਲੋਹਗੜ੍ਹ ਨਾਂ ਦੇ ਹੋਰ ਸਥਾਨ ਅਤੇ ਕਿਲੇ ਹਨ। ਇਹ ਲੋਹਗੜ੍ਹ 7000 ਏਕੜ ਵਿੱਚ ਫੈਲਿਆ ਅਜੋਕੇ ਪੰਜਾਬ, ਹਰਿਆਣਾ ਅਤੇ ਹਿਮਾਚਲ ਵਿੱਚ ਹੈ। ਇਹ ਪਹਿਲੇ ਸਿੱਖ ਰਾਜ ਦੀ ਰਾਜਧਾਨੀ ਸੀ।

ਬਨਾਸਰ ਕਿਲਾ
ਲੋਹਗੜ੍ਹ ਦੇ 52 ਕਿਲ੍ਹਿਆਂ ਵਿੱਚੋਂ ਇੱਕ।

ਬੁਰੀਆ ਕਿਲਾ
ਲੋਹਗੜ੍ਹ ਦੇ 52 ਕਿਲ੍ਹਿਆਂ ਵਿੱਚੋਂ ਇੱਕ।

ਪਾਠ 13

ਘੱਲੂਘਾਰਾ

- ਨਸਲਕੁਸ਼ੀ (Genocide) ਇੱਕ ਰਾਜ ਦੁਆਰਾ ਇੱਕ ਧਾਰਮਿਕ ਜਾਂ ਨਸਲੀ ਸਮੂਹ ਜਾਂ ਕੋਮ (Nation) ਨੂੰ ਤਬਾਹ ਕਰਨ ਦੀ ਕਾਰਵਾਈ ਨੂੰ ਕਹਿੰਦੇ ਹਨ।
- ਨਸਲਕੁਸ਼ੀ ਓਦੋਂ ਕਿਹਾ ਜਾਂਦਾ ਹੈ ਜਦੋਂ ਕੋਈ ਰਾਜ ਕਿਸੇ ਯੋਜਨਾ ਤਹਿਤ ਲੋਕਾਂ ਨੂੰ ਮਾਰਨ ਲਈ ਆਪਣੀ ਰਾਜ ਸ਼ਕਤੀ ਦੀ ਵਰਤੋਂ ਕਰਦਾ ਹੈ। ਨਸਲਕੁਸ਼ੀ ਬੇਤਰਤੀਬੀ ਹਿੰਸਾ (spontaneous violence) ਨਹੀਂ ਹੋਂਦੀ। ਨਸਲਕੁਸ਼ੀ ਦੰਗੇ ਨਹੀਂ ਹੁੰਦੇ। ਦੰਗੇ ਇਕਦਮ ਹੁੰਦੇ ਹਨ ਅਤੇ ਲੋਕਾਂ ਵਿਚਕਾਰ ਹੁੰਦੇ ਹਨ। ਨਸਲਕੁਸ਼ੀ ਰਾਜ ਦੁਆਰਾ ਯੋਜਨਾਬੱਧ ਹਿੰਸਾ ਹੈ।
- ਇਤਿਹਾਸ ਵਿੱਚ ਦੁਨੀਆਂ ਦੀਆਂ ਕਈ ਕੌਮਾਂ ਅਤੇ ਲੋਕਾਂ ਦੇ ਸਮੂਹਾਂ ਦੀ ਨਸਲਕੁਸ਼ੀ ਹੋਈ ਹੈ। ਦੋ ਉਦਾਹਰਣਾਂ ਹਨ ਯਹੂਦੀ ਨਸਲਕੁਸ਼ੀ (1941-45) ਜਿਸਨੂੰ Holocaust ਵਜੋਂ ਜਾਣਿਆ ਜਾਂਦਾ ਹੈ, ਅਤੇ ਓਟੋਮਨ ਸਾਮਰਾਜ ਦੁਆਰਾ ਅਰਮੀਨੀਆਈ ਨਸਲਕੁਸ਼ੀ (1915-17)।
- ਸਿੱਖਾਂ ਦੀ ਨਸਲਕੁਸ਼ੀ ਨੂੰ ਘੱਲੂਘਾਰਾ ਕਿਹਾ ਜਾਂਦਾ ਹੈ। ਘੱਲੂਘਾਰਾ ਸਿੱਖਾਂ ਨੂੰ ਤਬਾਹ ਕਰਨ ਲਈ ਰਾਜ ਦੁਆਰਾ ਯੋਜਨਾਬੱਧ ਹਿੰਸਾ ਹੈ।
- 3 ਸਿੱਖ ਘੱਲੂਘਾਰੇ ਹੋਏ ਹਨ।
    - ਪਹਿਲਾ ਅਤੇ ਛੋਟਾ ਘੱਲੂਘਾਰਾ 1746 ਵਿੱਚ ਲਾਹੌਰ ਦੇ ਯਾਹੀਆ ਖਾਨ ਦੀ ਅਗਵਾਈ ਵਿੱਚ ਮੁਗਲਾਂ ਦੁਆਰਾ ਕੀਤਾ ਸੀ। 7000 ਸਿੱਖ ਮਾਰੇ ਗਏ ਅਤੇ 3000 ਸਿੱਖ ਫੜੇ ਗਏ।
    - ਦੂਜਾ ਅਤੇ ਵੱਡਾ ਘੱਲੂਘਾਰਾ ਅਫਗਾਨਿਸਤਾਨ ਦੇ ਦੁਰਾਨੀ ਸਾਮਰਾਜ ਦੁਆਰਾ ਫਰਵਰੀ 1762 ਵਿੱਚ ਹੋਇਆ ਸੀ। 30,000 ਸਿੱਖ ਮਾਰੇ ਗਏ। ਸਿੱਖ ਪੰਥ ਦਾ ਵੱਡਾ ਹਿੱਸਾ ਮਾਰਿਆ ਗਿਆ।
    - ਤੀਜਾ ਸਿੱਖ ਘੱਲੂਘਾਰਾ 1984-1998 ਵਿੱਚ ਭਾਰਤੀ ਰਾਜ ਦੁਆਰਾ ਸੀ।
- ਸਮੇਂ-ਸਮੇਂ ਦੇ ਰਾਜਾਂ ਨੇ ਸਿੱਖਾਂ ਨੂੰ ਖਤਮ ਕਰਨ ਦੀ ਕੋਸ਼ਿਸ਼ ਕੀਤੀ ਹੈ। ਹਰ ਘੱਲੂਘਾਰੇ ਤੋਂ ਬਾਅਦ ਸਿੱਖ ਪੰਥ ਖਤਮ ਹੋਨ ਦੀ ਬਜਾਏ ਹੋਰ ਵੱਡਾ ਤੇ ਮਜ਼ਬੂਤ ਹੋਇਆ ਹੈ। ਸਿੱਖ ਪੰਥ ਰਾਜਾਂ ਦੇ ਜਬਰ ਤੋਂ ਨਹੀਂ ਡਰਿਆ।
- ਰਤਨ ਸਿੰਘ ਭੰਗੂ ਦਾ ਪ੍ਰਾਚੀਨ ਪੰਥ ਪ੍ਰਕਾਸ਼ ਛੋਟਾ ਅਤੇ ਵੱਡਾ ਘੱਲੂਘਾਰਾ ਨਾਲ ਸਬੰਧਤ ਜਾਣਕਾਰੀ ਦਾ ਪ੍ਰਾਇਮਰੀ ਸਰੋਤ ਹੈ। ਉਹਨਾਂ ਨੇ ਇਹਨਾਂ ਘਟਨਾਵਾਂ ਬਾਰੇ ਆਪਣੇ ਪਿਤਾ ਅਤੇ ਦਾਦਾ ਜੀ ਦੁਆਰਾ ਜਾਣਕਾਰੀ ਪ੍ਰਾਪਤ ਕੀਤੀ ਜੋ ਸਿੱਖ ਸਰਗਰਮੀਆਂ ਦਾ ਹਿਸਾ ਰਹੇ ਸੀ।
- ਘੱਲੂਘਾਰੇ ਅਤੇ ਰਾਜਸੀ ਜ਼ੁਲਮ ਦੇ ਸਾਹਮਣੇ ਸਿੱਖ ਡਟੇ ਹੋਏ ਹਨ ਤੇ ਦਬੇ ਨਹੀਂ। ਰਤਨ ਸਿੰਘ ਭੰਗੂ ਪੰਥ ਪ੍ਰਕਾਸ਼ ਵਿੱਚ ਲਿਖਦੇ ਹਨ:

"ਤੀਰ ਲਗੇ ਸਿੰਘ ਪਟ ਸਿਟਾਵੇ, ਤੁਰਕਨ ਕੋ ਸੋ ਅਖੀ ਦਿਖਾਵੇ।
ਸਿੰਘ ਕਹੈ ਧ੍ਰਿਗ ਤੁਮਰੇ ਤੀਰ, ਹਮਰੋ ਚੀਰ ਨ ਸਕੈ ਸਰੀਰ।"
(ਰਤਨ ਸਿੰਘ ਭੰਗੂ, ਪ੍ਰਾਚੀਨ ਪੰਥ ਪ੍ਰਕਾਸ਼, p 231)

1984 ਸਿੱਖ ਘੱਲੂਘਾਰਾ

ਪਾਠ 14

ਘੱਲੂਘਾਰਾ 1984-1998

(Sustained Sikh Genocide 1984-1998)

- ਸਿੱਖਾਂ ਅਤੇ ਭਾਰਤੀਆਂ ਵਿਚਕਾਰ ਡੂੰਘਾ ਅਤੇ ਬੁਨਿਆਦੀ ਵਿਚਾਰਧਾਰਕ ਫਰਕ ਹੈ। ਦਰਿਆਈ ਪਾਣੀਆਂ, ਉਪਜਾਊ ਜ਼ਮੀਨ ਦੇ ਨਿਯੰਤਰਣ, ਰਾਜ ਕਰਨ ਦਾ ਤਰੀਕਾ, ਜਨਸੰਖਿਆ ਸੰਬੰਧੀ ਮੁੱਦਿਆਂ ਤੇ ਅਸਹਿਮਤੀ ਨੇ ਟਕਰਾਅ ਨੂੰ ਜਨਮ ਦਿੱਤਾ ਹੈ।
- ਸਿੱਖ ਭਾਰਤੀ ਨਹੀਂ ਹਨ। ਸਿੱਖਾਂ ਦੀ ਪਛਾਣ ਸਿੱਖ (ਨਸਲੀ-ਧਾਰਮਿਕ/ethno-religous), ਅਤੇ ਪੰਜਾਬੀ (ਖੇਤਰੀ, ਸੱਭਿਆਚਾਰਕ, ਸੱਭਿਅਤਾ ਅਤੇ ਭਾਸ਼ਾਈ) ਹੈ। ਭਾਰਤ ਇੱਕ 'Soft State' ਹੈ ਜੋ 1947 ਵਿੱਚ ਬ੍ਰਿਟਿਸ਼ ਸਾਮਰਾਜ ਤੋਂ ਬਾਅਦ ਅੰਗਰੇਜ਼ਾਂ ਦੁਆਰਾ ਬਣਾਇਆ ਗਿਆ ਸੀ। ਭਾਰਤ ਵਿਭਿੰਨ ਰਾਸ਼ਟਰਾਂ ਦਾ ਇੱਕ ਗੈਰ-ਕੁਦਰਤੀ ਸੰਗਠਨ ਹੈ।
- ਸੈਮੂਅਲ ਹੰਟਿੰਗਟਨ ਨੇ 'ਸਭਿਆਚਾਰਾਂ ਦੇ ਟਕਰਾਅ' ਬਾਰੇ ਲਿਖਿਆ। ਸਿੱਖ ਪੂਰੀ ਤਰ੍ਹਾਂ ਵੱਖਰੀ ਸਿੰਧੂ ਘਾਟੀ ਸਭਿਅਤਾ ਦੇ ਵੰਸ਼ਜ ਹਨ। ਸਿੱਖ ਅਤੇ ਭਾਰਤੀ ਇਕੱਠੇ ਨਹੀਂ ਰਹਿ ਸਕਦੇ।
- 1849 ਵਿੱਚ ਮਹਾਰਾਜਾ ਰਣਜੀਤ ਸਿੰਘ ਦਾ ਦੂਜਾ ਸਿੱਖ ਰਾਜ ਡਿੱਗ ਗਿਆ।
- ਬ੍ਰਿਟਿਸ਼ ਸਾਮਰਾਜ ਨੇ 1947 ਵਿੱਚ ਭਾਰਤ ਦੇ ਅਤਿਅੰਤ ਮੈਕਿਆਵੇਲੀਅਨ 'ਉੱਚ ਜਾਤੀਆਂ' (ਚਾਣਕੀਆਂ) ਨੂੰ ਸੱਤਾ ਸੌਂਪ ਦਿੱਤੀ। ਇਹ ਭਾਰਤ ਦੀ ਆਜ਼ਾਦੀ ਨਹੀਂ ਸੀ ਸਗੋਂ ਸੱਤਾ ਦੀ ਤਬਦੀਲੀ ਸੀ। ਜਨਤਾ ਨੂੰ ਕਦੇ ਵੀ ਆਜ਼ਾਦੀ ਨਹੀਂ ਮਿਲੀ। ਸਿੱਖਾਂ ਦੀ ਅੱਜ ਦੀ ਦੁਰਦਸ਼ਾ ਦੀ ਜੜ੍ਹ 1947 ਵਿੱਚ ਦੱਖਣੀ ਏਸ਼ੀਆ ਵਿੱਚ ਬ੍ਰਿਟਿਸ਼ ਸਾਮਰਾਜ ਦੇ ਟੁੱਟਣ ਤੋਂ ਬਾਅਦ ਆਪਣਾ ਪ੍ਰਭੂਸੱਤਾ ਸੰਪੰਨ ਰਾਜ ਬਣਾਉਣ ਵਿੱਚ ਅਸਫਲ ਰਹਿਣ ਨਾਲ ਸ਼ੁਰੂ ਹੁੰਦੀ ਹੈ।
- 1947 ਵਿੱਚ ਸਿੱਖਾਂ ਦੀ ਇਸ ਰਾਜਨੀਤਿਕ ਅਸਫਲਤਾ ਨੇ ਸਿੱਖਾਂ ਅਤੇ ਭਾਰਤੀਆਂ ਨੂੰ ਇਕੱਠੇ ਰਹਿਣ ਲਈ ਮਜਬੂਰ ਕਰ ਦਿੱਤਾ। ਇਹ ਸਾਰੇ ਸਿੱਖ-ਭਾਰਤ ਟਕਰਾਅ ਦੀ ਜੜ੍ਹ ਹੈ।
- ਇਸ ਸਦੀਵੀ ਟਕਰਾਅ ਦੇ ਕਾਰਨ 1984-1998 ਸਿੱਖਾਂ ਦੀ ਨਿਰੰਤਰ ਨਸਲਕੁਸ਼ੀ (ਘੱਲੂਘਾਰਾ) ਹੋਈ। ਦਸ ਲੱਖ ਤੋਂ ਵੱਧ ਸਿੱਖ ਮਾਰੇ ਗਏ।
- 1984 ਵਿੱਚ ਅੰਮ੍ਰਿਤਸਰ ਦੀ ਜੰਗ ਵਿੱਚ ਸਿੱਖਾਂ ਉੱਤੇ ਜ਼ੁਲਮ ਸਿਖਰ ਤੇ ਪਹੁੰਚ ਗਿਆ। ਭਾਰਤੀ ਫੌਜ ਨੇ ਟੈਂਕਾਂ ਅਤੇ ਫੌਜੀ ਜਵਾਨਾਂ ਨਾਲ ਅਕਾਲ ਤਖ਼ਤ ਤੇ ਹਮਲਾ ਕੀਤਾ।
- ਕਤਲੇਆਮ ਦਾ ਸਿਲਸਿਲਾ ਕਈ ਸਾਲਾਂ (1984-1998) ਤੱਕ ਅਤੇ ਪੰਜਾਬ ਦੇ ਕਈ ਥਾਵਾਂ ਤੇ ਜਾਰੀ ਰਿਹਾ। (Sustained Sikh Genocide 1984-1998)
- "ਭਾਰਤੀ ਫੌਜ ਨੂੰ ਮਾਸੂਮ ਬੱਚਿਆਂ ਦੇ ਕਤਲੇਆਮ ਲਈ ਨਕਦ ਇਨਾਮ ਮਿਲਦੇ ਹਨ। ਅਤੇ ਉਨ੍ਹਾਂ ਦੀਆਂ ਕਾਰਵਾਈਆਂ ਨੂੰ ਜਾਇਜ਼ ਠਹਿਰਾਉਣ ਲਈ, ਉਨ੍ਹਾਂ ਨੂੰ "ਅੱਤਵਾਦੀ" ਕਿਹਾ ਜਾਂਦਾ ਹੈ।" "ਪੰਜਾਬ ਵਿੱਚ

ਸਿੱਖਾਂ ਨੂੰ ਅੱਧੀ ਰਾਤ ਨੂੰ ਚੁੱਕਿਆ ਜਾਂਦਾ ਹੈ ਅਤੇ ਫਿਰ ਉਨ੍ਹਾਂ ਨੂੰ ਨਹਿਰਾਂ ਵਿੱਚ ਤੈਰਦੇ ਹੋਏ ਉਨ੍ਹਾਂ ਦੇ ਹੱਥ-ਪੈਰ ਬੰਨ੍ਹੇ ਹੋਏ ਪਾਏ ਜਾਂਦੇ ਹਨ।" (ਮਾਨਯੋਗ ਡੈਨ ਬਰਟਨ, 'ਯੂਐਸ ਕਾਂਗਰਸਨਲ ਟਿੱਪਣੀਆਂ, 23 ਸਤੰਬਰ, 1998, E1782')।

- ਭਾਰਤੀ ਫੌਜ, ਪੁਲਿਸ ਨਹੀਂ, ਬਲਕੀ ਭਾਰਤੀ ਫੌਜ ਨੂੰ ਸ਼ਾਂਤੀ ਦੇ ਸਮੇਂ ਵਿੱਚ ਆਪਣੇ ਹੀ ਨਾਗਰਿਕਾਂ ਨੂੰ ਮਾਰਨ ਲਈ ਨਕਦ ਇਨਾਮ ਮਿਲੇ।
- ਸਿੰਗਾਪੁਰ ਦੇ ਪਹਿਲੇ ਪ੍ਰਧਾਨ ਮੰਤਰੀ ਲੀ ਕੁਆਨ ਯੂ ਲਿਖਦੇ ਹਨ: "ਜਦੋਂ ਉਨ੍ਹਾਂ [ਭਾਰਤੀ ਪ੍ਰਧਾਨ ਮੰਤਰੀ] ਨੇ ਅੰਮ੍ਰਿਤਸਰ ਦੇ ਸਿੱਖ ਪਵਿੱਤਰ ਮੰਦਰ ਵਿੱਚ ਫੌਜਾਂ ਨੂੰ ਭੇਜਣ ਦਾ ਹੁਕਮ ਦਿੱਤਾ ਤਾਂ ਸਿੱਖ ਜਗਤ ਵਿੱਚ ਰੋਸ ਫੈਲ ਗਿਆ। ਸਿੰਗਾਪੁਰ ਦੇ ਸਿੱਖ ਕਿੰਨੇ ਗੁੱਸੇ ਵਿੱਚ ਸਨ, ਇਹ ਦੇਖ ਕੇ ਮੈਨੂੰ ਲੱਗਾ ਕਿ ਇਹ ਰਾਜਨੀਤਿਕ ਤੌਰ ਤੇ ਵਿਨਾਸ਼ਕਾਰੀ ਸੀ: ਉਹ ਸਿੱਖ ਧਰਮ ਦੇ ਸਭ ਤੋਂ ਅੰਦਰਲੇ ਪਵਿੱਤਰ ਸਥਾਨ ਨੂੰ ਅਪਵਿੱਤਰ ਕਰ ਰਹੀ ਸੀ। ਪਰ ਉਹ ਬੇਰਹਮ ਸੀ ਅਤੇ ਸਿਰਫ਼ ਸਿਆਸੀ ਤਾਕਤ ਨਾਲ ਚਿੰਤਤ ਸੀ ਜਿਸਨੂੰ ਉਹ ਸੁਰੱਖਿਅਤ ਰੱਖਣ ਲਈ ਦ੍ਰਿੜ ਸੀ।" (ਲੀ ਕੁਆਨ ਯੂ, 'ਫ੍ਰਾਮ ਥਰਡ ਵਰਲਡ ਟੂ ਫਸਟ: ਦ ਸਿੰਗਾਪੁਰ ਸਟੋਰੀ', ਪੰਨਾ 408)।
- ਲੀ ਕੁਆਨ ਯੂ ਦਾ ਇਹ ਬਿਆਨ ਭਾਰਤੀ ਸੱਭਿਆਚਾਰ ਦੇ ਸਾਰ, ਸਿੱਖਾਂ ਨਾਲ ਇਸ ਦੇ ਸਬੰਧ ਅਤੇ 1984 ਦੇ ਅੰਮ੍ਰਿਤਸਰ ਦੀ ਲੜਾਈ ਨੂੰ ਦਰਸਾਉਂਦਾ ਹੈ। ਪ੍ਰਧਾਨ ਮੰਤਰੀ ਇੰਦਰਾ ਗਾਂਧੀ ਬਿਨਾਂ ਕਿਸੇ ਭਾਵਨਾਵਾਂ, ਬਿਨਾਂ ਕਿਸੇ ਸਿਆਣਪ ਦੇ, ਅਤੇ 'ਸਿਰਫ਼ ਰਾਜ ਦੀ ਸ਼ਕਤੀ ਨਾਲ ਚਿੰਤਤ', 'ਸਿੱਖ ਧਰਮ ਦੇ ਸਭ ਤੋਂ ਅੰਦਰੂਨੀ ਪਵਿੱਤਰ ਸਥਾਨ ਨੂੰ ਅਪਵਿੱਤਰ ਕਰ ਰਹੀ ਸੀ'।
- "ਅੱਤਵਾਦ ਨੂੰ ਰੋਕਣ ਦੇ ਨਾਮ ਤੇ ਦਹਿਸ਼ਤ ਦਾ ਰਾਜ ਸਥਾਪਿਤ ਕੀਤਾ।" (ਪ੍ਰੋ. ਗੁਰਦਰਸ਼ਨ ਸਿੰਘ ਢਿੱਲੋਂ, 'ਭਾਰਤ ਖੁਦਕੁਸ਼ੀ ਕਰਦਾ ਹੈ', ਪੰਨਾ 315)।
- "ਮੈਂ 1992 ਅਤੇ 1993 ਵਿੱਚ ਪੰਜਾਬ ਦੇ ਆਪਣੇ ਦੋਵਾਂ ਦੌਰਿਆਂ ਦੌਰਾਨ ਯਾਤਰਾ ਕੀਤੀ ਸੀ ਕਿ 'ਮਿਸਟਰ ਗਿੱਲ ਦੇ ਆਦਮੀ', ਜਿਵੇਂ ਕਿ ਲੋਕਾਂ ਨੇ ਕਿਹਾ ਸੀ, ਯਾਨੀ ਕਿ ਪੁਲਿਸ ਡਾਇਰੈਕਟਰ ਜਨਰਲ ਕੇ.ਪੀ.ਐਸ. ਗਿੱਲ ਦੇ ਨਿਰਦੇਸ਼ਾਂ ਹੇਠ ਪੁਲਿਸ ਸਾਰੇ ਨੌਜਵਾਨ, ਜਾਗਰੂਕ ਸਿੱਖਾਂ ਨੂੰ ਖਤਮ ਕਰ ਰਹੀ ਸੀ।" (ਜੋਇਸ ਪੇਟੀਗਰਿਊ, 'ਦਿ ਸਿੱਖਸ ਆਫ਼ ਦ ਪੰਜਾਬ: ਅਨਹੀਰਡ ਵੌਇਸਿਜ਼ ਆਫ਼ ਸਟੇਟ ਐਂਡ ਗੁਰੀਲਾ ਵਾਇਲੈਂਸ', ਪੰਨਾ 11)।
- ਜੋਇਸ ਪੇਟੀਗਰਿਊ ਨੇ ਇਸਨੂੰ ਚੰਗੀ ਤਰ੍ਹਾਂ ਸਮਝਿਆ ਜਦੋਂ ਉਸਨੇ ਲਿਖਿਆ: "ਪੇਂਡੂ ਖੇਤਰਾਂ ਵਿੱਚ ਜ਼ੁਲਮ ਦੀ ਸਥਿਤੀ ਹੈ। ਜ਼ੁਲਮ ਇੱਕ ਪੂਰੇ ਲੋਕਾਂ ਵਿਰੁੱਧ ਕੀਤਾ ਗਿਆ ਜ਼ੁਲਮ ਹੈ ਅਤੇ ਇੰਨਾ ਤੀਬਰ ਹੈ ਕਿ ਇਸਦਾ ਵਿਰੋਧ ਕਰਨਾ ਪੈਂਦਾ ਹੈ।" (ਜੋਇਸ ਪੇਟੀਗਰਿਊ, 'ਦਿ ਸਿੱਖਸ ਆਫ਼ ਦ ਪੰਜਾਬ: ਅਨਹੀਰਡ ਵੌਇਸਿਜ਼ ਆਫ਼ ਸਟੇਟ ਐਂਡ ਗੁਰੀਲਾ ਵਾਇਲੈਂਸ', ਪੰਨਾ 10)।
- ਸਿੱਖ ਅਤੇ ਹਿੰਦੂ ਅੱਗ ਅਤੇ ਪਾਣੀ ਵਾਂਗ ਹਨ। ਡੂੰਘਾ ਵਿਚਾਰਧਾਰਕ ਫਰਕ ਹੈ। ਸਿੱਖ ਘਲੂਘਾਰਾ 1984-98 ਵਿੱਚ ਹੋਈ ਸਿੱਖ ਨਸਲਕੁਸ਼ੀ ਇਸਦਾ ਪ੍ਰਗਟਾਵਾ ਸੀ। ਸਿੱਖ ਅਤੇ ਭਾਰਤੀ ਇਕੱਠੇ ਨਹੀਂ ਰਹਿ ਸਕਦੇ।

1984 ਵਿੱਚ ਭਾਰਤੀ ਫੌਜ ਦੁਆਰਾ ਅਕਾਲ ਤਖ਼ਤ ਤੇ ਹਮਲਾ।

ਅੱਜ ਦੇ ਸਮੇ ਅਕਾਲ ਤਖ਼ਤ।

ੴ
SIKH GENOCIDE MEMORIAL
IN MEMORY OF THE THIRD SIKH GHALLUGHARA
PAYING TRIBUTE TO THE
OVER ONE MILLION SIKHS KILLED
BY THE INDIAN GOVERNMENT FROM 1978 – 1998
IN PUNJAB AND ACROSS INDIA.
WWW.THIRDSIKHGENOCIDE.ORG
WWW.FACEBOOK.COM/THIRDSIKHGENOCIDE
WORLD SIKH COUNCIL - AMERICA REGION

State of Connecticut
GENERAL ASSEMBLY
STATE CAPITOL
HARTFORD, CONNECTICUT 06106-1591

Government Administration and Elections Committee
March 19, 2018
LOB 2A 10:00 AM

In **SUPPORT** of Senate Bill 489
An Act Designating Various Days and Weeks

Chairwoman Flexer, Chairman Fox, Chairman McLachlan, and distinguished members of the Government Administration and Elections Committee, I am here to testify in **support** of Senate Bill 489, *An Act Designating Various Days and Weeks.*

First, we'd like to thank the leadership of the committee for incorporating our request in this bill. As some of you may know, the City of Norwich is home to a growing Sikh community. These hard working families have made Connecticut and Norwich, in particular, their home; where they can practice their faith and give back to the community. Many moved to this country in the 1980s and 1990's to escape persecution in India.

For those of you who may be unfamiliar, Sikhism is a monotheistic religion that emphasizes compassion and service to others; universal themes shared by many of the world's religions. The events leading to the November 1984 Sikh Genocide can be traced to the decades of violence perpetuated by the ruling majority in India. Following the assassination of Prime Minister Indira Gandhi, approximately 30,000 Sikhs were killed in the capital of New Delhi, over the course of a four-day period. In the decade that followed, over 150,000 people lost their lives to violence.

Based upon feedback from the Sikh community, we would like to respectfully request that the bill be amended to designate the month of November as Sikh Genocide Remembrance Month in lieu of one day. We appreciate this act's recognition of the Sikh community and its history. Thank you again for the opportunity to testify in **support** of Senate Bill 489. We look forward to working with the leadership and members of this committee on this bill's passage.

Catherine A. Osten
State Senator, 19th District

Kevin Ryan
State Representative, 139th District

ਪਾਠ 15

ਪੱਛਮ ਵੱਲ ਸਿੱਖਾਂ ਦਾ ਪ੍ਰਵਾਸ

- ਸਿੱਖ ਪਰਵਾਸ ਦਾ ਮੂਲ ਕਾਰਨ ਬ੍ਰਿਟਿਸ਼ ਸਾਮਰਾਜ ਦੀਆਂ ਲੁੱਟ-ਖਸੁੱਟ ਵਾਲੀਆਂ ਨੀਤੀਆਂ ਅਤੇ ਆਰਥਿਕ ਦਮਨ (financial repression) ਸੀ।
- ਮਹਾਰਾਜਾ ਰਣਜੀਤ ਸਿੰਘ ਦਾ ਦੂਜਾ ਸਿੱਖ ਰਾਜ (1799-1849) ਬ੍ਰਿਟਿਸ਼ ਸਾਮਰਾਜ ਦੁਆਰਾ ਬਸਤੀਵਾਦ ਦੀ ਵੱਡੀ ਭੂ-ਰਾਜਨੀਤਿਕ ਲਹਿਰ ਅਤੇ ਪਹਿਲੀ ਉਦਯੋਗਿਕ ਕ੍ਰਾਂਤੀ ਦੀ ਭੁੱਖ ਨੇ ਨਿਗਲ ਲਿਆ।
- ਬ੍ਰਿਟਿਸ਼ ਪ੍ਰੋਫੈਸਰ ਲੀਟਨਰ ਨੇ ਸਿੱਖਾਂ ਦੁਆਰਾ ਪੰਜਾਬ ਦੀ ਸਵਦੇਸ਼ੀ ਸਿੱਖਿਆ ਪ੍ਰਣਾਲੀ ਦਾ ਮੁਲਾਂਕਣ ਕੀਤਾ। "ਸਿੱਖਿਆ ਦਾ ਸਤਿਕਾਰ ਹਮੇਸ਼ਾ 'ਪੂਰਬ' ਦੀ ਵਿਸ਼ੇਸ਼ਤਾ ਰਿਹਾ ਹੈ। ਪੰਜਾਬ ਵਖਰਾ ਨਹੀਂ ਹੈ।" "...ਪੂਰਬੀ ਸਾਹਿਤ ਅਤੇ ਪੂਰਬੀ ਕਾਨੂੰਨ, ਤਰਕ, ਦਰਸ਼ਨ, ਅਤੇ ਦਵਾਈ ਦੀਆਂ ਪ੍ਰਣਾਲੀਆਂ ਨੂੰ ਉੱਚਤਮ ਮਿਆਰਾਂ ਤੋਂ ਸਿਖਾਇਆ ਜਾਂਦਾ ਸੀ।" "ਉੱਥੇ ਸਾਰੇ ਸਕੂਲਾਂ ਦੁਆਰਾ ਸਿੱਖਿਆ ਪ੍ਰਤੀ ਸ਼ਰਧਾ ਦੀ ਭਾਵਨਾ ਨਾਲ ਚਰਿੱਤਰ ਅਤੇ ਧਾਰਮਿਕ ਸੱਭਿਆਚਾਰ ਵੀ ਸਿਖਾਇਆ ਜਾਂਦਾ ਸੀ;" (Leitner, 1883)
- "ਪੰਜਾਬ ਦੀ ਸਿੱਖਿਆ ਰੋਕੀ ਗਈ ਹੈ ਅਤੇ ਲਗਭਗ ਤਬਾਹ ਹੋ ਗਈ ਹੈ; ਸਾਡਾ [ਬ੍ਰਿਟਿਸ਼] ਸਿਸਟਮ ਸਰਕਾਰੀ ਅਸਫਲਤਾ ਤੋਂ ਵੀ ਭੈੜਾ ਦੋਸ਼ੀ ਹੈ।" (Leitner, 1883)
- ਪਰੰਪਰਾਗਤ ਕਦਰਾਂ-ਕੀਮਤਾਂ ਅਤੇ ਸਿੱਖਿਆ "ਅਨੁਸ਼ਾਸਨ, ਆਤਮ-ਵਿਸ਼ਵਾਸ, ਅਤੇ ਨੈਤਿਕ ਅਤੇ ਸਮਾਜਿਕ ਕਦਰਾਂ-ਕੀਮਤਾਂ" ਪੈਦਾ ਕਰਦੀਆਂ ਹਨ। ਇਹ ਆਧੁਨਿਕ ਲੈਂਸ ਰਾਹੀਂ ਦਿਖਾਈ ਨਹੀਂ ਦੇਂਦਾ, ਪਰ ਸਹੀ ਦ੍ਰਿਸ਼ਟੀਕੋਣ ਨਾਲ ਦਿਖਾਈ ਦੇਂਦਾ ਹੈ। ਲੋਕਾਂ ਦੀ ਸਿੱਖਿਆ ਪ੍ਰਣਾਲੀ, ਦਰਸ਼ਨ, ਜੀਵਨ ਢੰਗ ਨੂੰ ਤਬਾਹ ਕਰਨਾ ਅਤੇ ਇਤਿਹਾਸ ਨੂੰ ਵਿਗਾੜਨਾ ਇਸ ਲਈ ਕੀਤਾ ਜਾਂਦਾ ਹੈ ਕਿਉਂਕਿ ਇੱਕ ਵਾਰ ਜਦੋਂ ਇਹ ਤਬਾਹ ਹੋ ਜਾਂਦੇ ਹਨ, ਤਾਂ ਲੋਕ ਅਧੀਨ ਰਹਿੰਦੇ ਹਨ, ਅਤੇ ਉਨ੍ਹਾਂ ਦੀ ਜ਼ਮੀਨ ਅਤੇ ਸਰੋਤ ਆਸਾਨੀ ਨਾਲ ਲੁੱਟੇ ਜਾ ਸਕਦੇ ਹਨ।
- "ਪੰਜਾਬ ਵਿੱਚ ਬ੍ਰਿਟਿਸ਼ ਸਿੱਖਾਂ ਤੇ ਟੈਕਸ ਨਕਦੀ ਲਗਾਉਂਦੇ ਸਨ। ਫਸਲਾਂ ਦੀਆਂ ਕੀਮਤਾਂ ਵਿੱਚ ਤੇਜ਼ੀ ਨਾਲ ਗਿਰਾਵਟ ਆਉਣ ਨਾਲ ਬਹੁਤ ਸਾਰੇ ਕਿਸਾਨ ਦੀਵਾਲੀਆਪਨ ਦਾ ਸ਼ਿਕਾਰ ਹੋ ਗਏ ਜੋ ਆਪਣੇ ਉਤਪਾਦ ਬਾਜ਼ਾਰਾਂ ਵਿੱਚ ਚੰਗੀ ਕੀਮਤ ਤੇ ਵੇਚਣ ਵਿੱਚ ਅਸਫਲ ਰਹੇ।" (ਕਾਓ ਯਿਨ, 'ਫਰੌਮ ਪੁਲਿਸਮੈਨ ਟੂ ਰੈਵੋਲਿਊਸ਼ਨਰੀਜ਼: ਏ ਸਿੱਖ ਡਾਇਸਪੋਰਾ ਇਨ ਗਲੋਬਲ ਸ਼ੰਘਾਈ, 1885–1945', ਪੰਨਾ 63) ਸਿੱਖਾਂ ਨੂੰ ਪੁਲਿਸ ਵਾਲਿਆਂ ਵਜੋਂ ਸ਼ੰਘਾਈ, ਹਾਂਗ ਕਾਂਗ, ਅਤੇ ਸਿੰਗਾਪੁਰ ਜਾਣਾ ਪਿਆ। ਸਿੱਖ ਕਿਸਾਨ ਪੂਰਬੀ ਅਫਰੀਕਾ ਅਤੇ ਅਮਰੀਕਾ ਗਏ, ਅਤੇ ਸਿੱਖ ਲੱਕੜਹਾਰੇ ਕੈਨੇਡਾ ਗਏ।
- ਬ੍ਰਿਟਿਸ਼ ਸਾਮਰਾਜ ਨੇ ਸਿੱਖਾਂ ਨੂੰ ਉਨ੍ਹਾਂ ਦੀ ਭਾਸ਼ਾ ਅਤੇ ਸੱਭਿਆਚਾਰ ਨੂੰ ਤਬਾਹ ਕਰਕੇ ਉਨ੍ਹਾਂ ਦੀ ਸਿੱਖਿਆ ਪ੍ਰਣਾਲੀ ਨੂੰ ਤਬਾਹ ਕਰ ਦਿੱਤਾ; ਉਨ੍ਹਾਂ ਦੀ ਖੇਤੀਬਾੜੀ ਨੂੰ ਤਬਾਹ ਕਰ ਦਿੱਤਾ (ਉਤਪਾਦਨ ਦੇ ਪ੍ਰਤੀਸ਼ਤ

(percentage) ਦੀ ਬਜਾਏ ਨਕਦੀ ਵਿੱਚ ਟੈਕਸ ਲਗਾ ਕੇ); ਉਨ੍ਹਾਂ ਦੇ ਉਦਯੋਗ (ਵੂਟਜ਼ ਸਟੀਲ ਉਦਯੋਗ) ਨੂੰ ਤਬਾਹ ਕਰ ਦਿੱਤਾ।

- ਸਿੱਖ ਸਿਰਫ਼ 'ਯੈੱਸ-ਮੈਨ' ਜਾਂ ਭਾੜੇ ਦੇ ਪੁਲਿਸ ਵਾਲੇ ਜਾਂ ਸਿਪਾਹੀ ਜਾਂ ਕਿਰਾਏ ਦੇ ਸਿਪਾਹੀ ਨਹੀਂ ਸਨ। ਉਹ ਜਿੱਥੇ ਵੀ ਜਾਂਦੇ ਸਨ, ਇੱਕ ਚੰਗਾ ਪ੍ਰਭਾਵ ਬਣੇ। ਉਹ "ਸਿਰਫ਼ ਦੰਗਿਆਂ ਅਤੇ ਅਪਰਾਧਾਂ ਨੂੰ ਰੋਕਣ ਲਈ ਜ਼ਿੰਮੇਵਾਰ ਨਹੀਂ ਸਨ, ਸਗੋਂ ਅੰਤਰਰਾਸ਼ਟਰੀ ਬੰਦੋਬਸਤ ਵਿੱਚ ਸੱਭਿਅਕ ਪ੍ਰੋਜੈਕਟ ਨੂੰ ਪੂਰਾ ਕਰਨ ਲਈ ਵੀ ਜ਼ਿੰਮੇਵਾਰ ਸਨ; ਦੂਜੇ ਪਾਸੇ, ਉਹ ਅਕਸਰ ਉਨ੍ਹਾਂ ਅਧਿਕਾਰੀਆਂ ਨੂੰ ਚੁਣੌਤੀ ਦਿੰਦੇ ਸਨ ਜਿਨ੍ਹਾਂ ਨੂੰ ਉਹ ਦਮਨਕਾਰੀ ਸਮਝਦੇ ਸਨ।" (ਕਾਓ ਯਿਨ, 'ਫਰੌਮ ਪੁਲਿਸਮੈਨ ਟੂ ਰੈਵੋਲਿਊਸ਼ਨਰੀਜ਼: ਏ ਸਿੱਖ ਡਾਇਸਪੋਰਾ ਇਨ ਗਲੋਬਲ ਸ਼ੰਘਾਈ, 1885–1945', ਪੰਨਾ 23)
- ਇਹ ਗੱਲ ਧਿਆਨ ਦੇਣ ਵਾਲੀ ਹੈ ਕਿ ਸਿੱਖਾਂ ਨੇ ਕਦੇ ਵੀ ਅੰਗਰੇਜ਼ਾਂ ਪ੍ਰਤੀ ਕੋਈ ਨਫ਼ਰਤ ਜਾਂ ਗੁੱਸਾ ਨਹੀਂ ਰੱਖਿਆ, ਭਾਵੇਂ ਉਨ੍ਹਾਂ ਨੂੰ ਪੂਰੀ ਜਾਣਕਾਰੀ ਸੀ ਕਿ ਅੰਗਰੇਜ਼ਾਂ ਨੇ ਯੋਜਨਾਬੱਧ ਅਤੇ ਜਾਣਬੁੱਝ ਕੇ ਉਨ੍ਹਾਂ ਦੇ ਸਾਮਰਾਜ, ਉਨ੍ਹਾਂ ਦੀ ਸਿੱਖਿਆ ਪ੍ਰਣਾਲੀ, ਉਨ੍ਹਾਂ ਦੀ ਸੱਭਿਆਚਾਰ, ਉਨ੍ਹਾਂ ਦੀ ਖੇਤੀਬਾੜੀ, ਉਨ੍ਹਾਂ ਦੇ ਉਦਯੋਗ ਨੂੰ ਤਬਾਹ ਕਰ ਦਿੱਤਾ ਸੀ। 1919 ਵਿੱਚ ਅੰਮ੍ਰਿਤਸਰ ਵਿੱਚ ਜਲ੍ਹਿਆਂਵਾਲਾ ਬਾਗ ਦੇ ਕਤਲੇਆਮ ਵਿੱਚ ਗੋਲੀਆਂ ਖਤਮ ਹੋਣ ਤੱਕ 1000 ਤੋਂ ਵੱਧ ਨਿਹੱਥੇ ਸ਼ਾਂਤੀਪੂਰਨ ਵਿਰੋਧ ਕਰ ਰਹੇ ਸਿੱਖਾਂ ਦਾ ਮਸ਼ੀਨਗੰਨਾਂ ਨਾਲ ਕਤਲੇਆਮ ਕੀਤਾ ਸੀ। ਮਹਾਰਾਜਾ ਰਣਜੀਤ ਸਿੰਘ ਦੇ ਗੱਦੀ ਦੇ ਵਾਰਸ ਮਹਾਰਾਜਾ ਦਲੀਪ ਸਿੰਘ ਨੂੰ ਅਗਵਾ ਕਰਕੇ ਇੰਗਲੈਂਡ ਲੈ ਗਏ ਸਨ।
- ਵਿੰਸਟਨ ਚਰਚਿਲ ਨੇ ਕਿਹਾ, "ਬ੍ਰਿਟਿਸ਼ ਲੋਕ ਲੰਬੇ ਸਮੇਂ ਤੋਂ ਸਿੱਖਾਂ ਦੇ ਬਹੁਤ ਰਿਣੀ ਅਤੇ ਕਰਜ਼ਦਾਰ ਹਨ। ਮੈਂ ਜਾਣਦਾ ਹਾਂ ਕਿ ਇਸ ਸਦੀ ਦੇ ਅੰਦਰ ਸਾਨੂੰ ਦੋ ਵਾਰ ਉਨ੍ਹਾਂ ਦੀ ਮਦਦ ਦੀ ਲੋੜ ਸੀ ਅਤੇ ਉਨ੍ਹਾਂ ਨੇ ਸਾਡੀ ਬਹੁਤ ਮਦਦ ਕੀਤੀ। ਉਨ੍ਹਾਂ ਦੀ ਸਮੇਂ ਸਿਰ ਮਦਦ ਦੇ ਨਤੀਜੇ ਵਜੋਂ, ਅਸੀਂ ਸਨਮਾਨ, ਮਾਣ ਅਤੇ ਆਜ਼ਾਦੀ ਨਾਲ ਜੀਉਣ ਦੇ ਯੋਗ ਹਾਂ।"
- "ਆਪਣਾ ਇਤਿਹਾਸ ਪੜ੍ਹੋ। ਸਿੱਖ ਪੱਛਮੀ ਸਭਿਅਤਾ ਦੇ ਰਖਵਾਲੇ ਹਨ - ਵਿਨਾਸ਼ਕਾਰੀ ਨਹੀਂ।" (Jim Beckerman - northjersey.com, 2018)
- ਸਿੱਖ ਪਰਵਾਸ ਦਾ ਮੂਲ ਕਾਰਨ ਬ੍ਰਿਟਿਸ਼ ਸਾਮਰਾਜ ਦੀਆਂ ਲੁੱਟ-ਖਸੁੱਟ ਵਾਲੀਆਂ ਨੀਤੀਆਂ ਅਤੇ ਆਰਥਿਕ ਦਮਨ (financial repression) ਸੀ।

1914 ਵਿੱਚ ਵੈਨਕੂਵਰ ਵਿੱਚ ਕਾਮਾਗਾਟਾ ਮਾਰੂ ਘਟਨਾ - ਜਦੋਂ 340 ਸਿੱਖਾਂ ਸਮੇਤ 376 ਯਾਤਰੀ - ਕਾਮਾਗਾਟਾ ਮਾਰੂ ਜਹਾਜ਼ ਤੇ ਕੈਨੇਡਾ ਪਹੁੰਚੇ।

ਸਿੱਖ ਪਰਵਾਸ ਦਾ ਮੂਲ ਕਾਰਨ ਬ੍ਰਿਟਿਸ਼ ਸਾਮਰਾਜ ਦੀਆਂ ਲੁੱਟ-ਖਸੁੱਟ ਵਾਲੀਆਂ ਨੀਤੀਆਂ ਅਤੇ ਆਰਥਿਕ ਦਮਨ (financial repression) ਸੀ।

ਪਾਠ 16

ਦੂਜੇ ਵਿਸ਼ਵ ਯੁੱਧ ਵਿੱਚ ਸਿੱਖ

- "83,005 ਕੇਸਧਾਰੀ ਸਿੱਖ ਸਿਪਾਹੀ ਮਾਰੇ ਗਏ ਅਤੇ 109,045 ਜ਼ਖਮੀ ਹੋਏ।" (ਮੋਹਿੰਦਰ ਐਸ ਚੌਧਰੀ, 'ਵਿਸ਼ਵ ਯੁੱਧਾਂ ਵਿੱਚ ਸਿੱਖ ਸੈਨਿਕਾਂ ਦੁਆਰਾ ਯੂਰਪ ਦੀ ਰੱਖਿਆ', ਪੰਨਾ 349)
- "ਸਿੱਖ ਰੈਜੀਮੈਂਟ ਕੋਲ ਨੌਂ ਇਨਫੈਂਟਰੀ ਬਟਾਲੀਅਨ ਅਤੇ ਇੱਕ ਮਸ਼ੀਨ ਗਨ ਬਟਾਲੀਅਨ ਸੀ, ਨਾਲ ਹੀ ਵੱਖ-ਵੱਖ ਸਿਖਲਾਈ ਅਤੇ ਪ੍ਰਸ਼ਾਸਕੀ ਇਕਾਈਆਂ ਸਨ।" (ਮੋਹਿੰਦਰ ਐਸ ਚੌਧਰੀ, 'ਵਿਸ਼ਵ ਯੁੱਧਾਂ ਵਿੱਚ ਸਿੱਖ ਸੈਨਿਕਾਂ ਦੁਆਰਾ ਯੂਰਪ ਦੀ ਰੱਖਿਆ', ਪੰਨਾ 350)
- 15ਵੀਂ ਪੰਜਾਬ ਰੈਜੀਮੈਂਟ ਦੇ ਨਾਇਕ ਗਿਆਨ ਸਿੰਘ ਨੂੰ ਵਿਕਟੋਰੀਆ ਕਰਾਸ ਨਾਲ ਸਨਮਾਨਿਤ ਕੀਤਾ ਗਿਆ। (Gian Singh (soldier), Wikipedia, 2025)
- ਪਹਿਲੀ ਸਿੱਖ ਰੈਜੀਮੈਂਟ ਦੇ ਨਾਇਕ ਨੰਦ ਸਿੰਘ ਨੇ ਬਰਮਾ ਵਿੱਚ ਜਾਪਾਨੀਆਂ ਵਿਰੁੱਧ ਵਿਕਟੋਰੀਆ ਕਰਾਸ ਜਿੱਤਿਆ। (Nand Singh, Wikipedia, 2025)
- ਸਿੱਖ ਸੈਨਿਕਾਂ ਨੇ ਬਰਮਾ ਮੁਹਿੰਮ, ਇਟਲੀ, ਉੱਤਰੀ ਅਫਰੀਕਾ, ਅਤੇ ਮਲਾਇਆ ਦੀ ਲੜਾਈ ਵਿੱਚ ਵੀ ਹਿੱਸਾ ਲਿਆ।
- ਸਿੱਖਾਂ ਉੱਤੇ ਅੰਗਰੇਜ਼ਾਂ ਦਾ ਰਾਜ ਸੀ। ਫੇਰ ਵੀ ਦੂਜੇ ਵਿਸ਼ਵ ਯੁੱਧ ਵਿੱਚ ਸਿੱਖਾਂ ਨੇ ਪੱਛਮ ਨਾਲ ਮਿਲਕੇ ਨਾਜ਼ੀਆਂ ਵਿਰੁੱਧ ਕਿਉਂ ਲੜਾਈ ਲੜੀ? ਸਿੱਖ ਕਿਰਾਏ ਦੇ ਸੈਨਿਕਾਂ ਵਜੋਂ ਨਹੀਂ ਲੜੇ। "ਅਸੀਂ ਪਿਛਲੇ 500 ਸਾਲਾਂ ਤੋਂ ਕੱਟੜਪੰਥੀ ਧਰਮ, ਜਾਤ ਦੇ ਵਿਰੁੱਧ ਖੜ੍ਹੇ ਹਾਂ, ਅਤੇ ਆਜ਼ਾਦੀ ਅਤੇ ਲੋਕਤੰਤਰ ਲਈ ਖੜ੍ਹੇ ਹਾਂ। ਕਈ ਰੂਪਾਂ ਵਿੱਚ। ਇਸੇ ਕਰਕੇ ਪਹਿਲੇ ਵਿਸ਼ਵ ਯੁੱਧ ਵਿੱਚ ਅੰਗਰੇਜ਼ਾਂ ਨਾਲ ਅਤੇ ਦੂਜੇ ਵਿਸ਼ਵ ਯੁੱਧ ਵਿੱਚ ਨਾਜ਼ੀਆਂ ਵਿਰੁੱਧ ਲੜਨਾ ਸਾਡੇ ਲਈ ਲਾਜ਼ਮੀ ਸੀ।" (Mohindra Chowdhry, Bristol Live, 2019)

ਮਹਿੰਦਰਾ ਐਸ ਚੌਧਰੀ

'ਡਿਫੈਂਸ ਆਫ਼ ਯੂਰਪ ਬਾਏ ਸਿੱਖ ਸੋਲਜਰਜ਼ ਇਨ ਦ ਵਰਲਡ ਵਾਰਜ਼' ਕਿਤਾਬ ਦੇ ਲੇਖਕ - ਕੈਸਲ ਪਾਰਕ, ਬ੍ਰਿਸਟਲ, ਯੂਕੇ ਨਵੇਂ ਸਿੱਖ ਵਾਰ ਮੈਮੋਰੀਅਲ ਦੇ ਬਾਹਰ।

ਮਹਿੰਦਰਾ ਐਸ ਚੌਧਰੀ ਆਪਣੇ ਰਿਸ਼ਤੇਦਾਰਾਂ ਦੇ ਨਾਵਾਂ ਵੱਲ ਇਸ਼ਾਰਾ ਕਰਦੇ ਹਨ ਜੋ ਦੂਜੇ ਵਿਸ਼ਵ ਯੁੱਧ ਵਿੱਚ ਲੜੇ ਸਨ।

ਪਾਠ 17

1947: ਪੰਜਾਬ ਦੀ ਵੰਡ

- 1947 ਵਿੱਚ ਜਿਸ ਨੂੰ ਭਾਰਤ ਦੀ ਵੰਡ ਕਿਹਾ ਜਾਂਦਾ ਹੈ ਪੰਜਾਬ ਅਤੇ ਸਿੰਧੂ ਘਾਟੀ ਸਭਿਅਤਾ ਦੀ ਵੰਡ ਸੀ। 1947 ਦੀ ਵੰਡ ਤੋਂ ਪਹਿਲਾਂ ਕੋਈ 'ਭਾਰਤ' ਨਹੀਂ ਸੀ।
- ਥਾਨੇਸਰ ਵਿਖੇ ਖਾਲਸਾ ਰਾਜ ਦਾ ਪ੍ਰਵੇਸ਼ ਦੁਆਰ ਸਿੰਧੂ ਘਾਟੀ ਸਭਿਅਤਾ ਅਤੇ ਸਿੱਖਾਂ ਦੇ ਪ੍ਰਭਾਵ ਦੀ ਹੱਦ ਸੀ। ਸਿੱਖਾਂ ਨੇ ਇਸ ਤੋਂ ਵੀ ਅੱਗੇ ਵਧ ਕੇ 12 ਤੋਂ ਵੱਧ ਵਾਰ ਦਿੱਲੀ ਨੂੰ ਜਿੱਤਿਆ।
- ਸਰਹਿੰਦ (ਹਿੰਦ/ਹਿੰਦੁਸਤਾਨ ਦਾ ਸਿਰ) ਸਿੰਧੂ ਘਾਟੀ ਸਭਿਅਤਾ ਅਤੇ ਹਿੰਦ/ਹਿੰਦੁਸਤਾਨ ਵਿਚਕਾਰ ਸੀਮਾ ਸੀ। ਸਰਹਿੰਦ ਦਾ ਨਾਮ ਹੁਣ ਫਤਿਹਗੜ੍ਹ ਸਾਹਿਬ ਰੱਖ ਦਿੱਤਾ ਗਿਆ ਹੈ ਕਿਉਂਕਿ ਇਸਨੂੰ ਮਈ 1710 ਵਿੱਚ ਸਿੱਖ ਜਰਨੈਲ ਬੰਦਾ ਸਿੰਘ ਬਹਾਦਰ ਨੇ ਫਤਿਹ ਕੀਤਾ ਸੀ।
- 1849 ਵਿੱਚ ਮਹਾਰਾਜਾ ਰਣਜੀਤ ਸਿੰਘ ਦੇ ਸਿੱਖ ਰਾਜ ਨੂੰ ਅੰਗਰੇਜ਼ਾਂ ਨੇ ਖੋਹ ਲਿਆ।
- ਬ੍ਰਿਟਿਸ਼ ਸਾਮਰਾਜ ਨੇ ਸਿੱਖਾਂ ਦੀ ਖੇਤੀਬਾੜੀ ਨੂੰ ਤਬਾਹ ਕਰ ਦਿੱਤਾ ਜਿਸ ਕਾਰਨ ਉਹ ਪੱਛਮ ਵੱਲ ਪਰਵਾਸ ਕਰਨ ਲਈ ਮਜਬੂਰ ਹੋ ਗਏ। (Cao Yin, 'From Policemen to Revolutionaries: A Sikh Diaspora in Global Shanghai, 1885–1945', p.23)
- ਬ੍ਰਿਟਿਸ਼ ਨੇ ਜਾਣਬੁੱਝ ਕੇ ਅਤੇ ਯੋਜਨਾਬੱਧ ਢੰਗ ਨਾਲ ਸਿੱਖਾਂ ਦੀ ਸਿੱਖਿਆ ਪ੍ਰਣਾਲੀ ਨੂੰ ਤਬਾਹ ਕਰ ਦਿੱਤਾ ਜੋ ਉਨ੍ਹਾਂ ਦੁਆਰਾ ਪੇਸ਼ ਕੀਤੀ ਗਈ ਪ੍ਰਣਾਲੀ ਨਾਲੋਂ ਵਧੇਰੇ ਪ੍ਰਭਾਵਸ਼ਾਲੀ ਸੀ। (Leitner, 1883)
- ਬ੍ਰਿਟਿਸ਼ ਨੇ ਆਪਣੇ ਘਟੀਆ ਸਟੀਲ ਨੂੰ ਵਾਧਾ ਦੇਣ ਲਈ ਸਿਕਲੀਗਰ ਸਿੱਖਾਂ ਦੇ ਵੂਟਜ਼ ਸਟੀਲ ਉਦਯੋਗ ਨੂੰ ਤਬਾਹ ਕਰ ਦਿੱਤਾ ਤੇ ਸਿਕਲੀਗਰ ਸਿੱਖ ਨੂੰ criminal tribe ਦਾ ਦਰਜਾ ਦੇ ਦਿਤਾ।
- ਬ੍ਰਿਟਿਸ਼ ਸਾਮਰਾਜ ਨੇ ਦੱਖਣੀ ਏਸ਼ੀਆ ਵਿੱਚ ਰਾਜਨੀਤਿਕ ਲਹਿਰਾਂ ਨੂੰ ਦਬਾ ਦਿੱਤਾ। ਸਭ ਤੋਂ ਭੈੜਾ ਦਮਨ ਸਿੱਖਾਂ ਤੇ ਕੀਤਾ ਕਿਉਂਕਿ ਅੰਗਰੇਜ਼ਾਂ ਨੇ ਸਿੱਖ ਰਾਜ ਨੂੰ ਜਿੱਤਿਆ ਸੀ ਅਤੇ ਸਿੱਖਾਂ ਦੇ ਪੁਨਰ-ਉਥਾਨ ਤੋਂ ਡਰਦੇ ਸੀ।
- ਇਸ ਆਰਥਿਕ, ਵਿਦਿਅਕ, ਅਤੇ ਰਾਜਨੀਤਿਕ ਦਮਨ ਦੇ ਨਤੀਜੇ ਵਜੋਂ, ਸਿੱਖ 1947 ਵਿੱਚ ਆਪਣਾ ਰਾਸ਼ਟਰ-ਰਾਜ ਬਣਾਉਣ ਲਈ ਲਾਮਬੰਦ ਨਹੀਂ ਹੋ ਸਕੇ। ਵੱਖ-ਵੱਖ ਕੌਮਾਂ ਨੂੰ ਹਿੰਦ/ਹਿੰਦੁਸਤਾਨ ਨਾਲ ਜੋੜ ਕੇ 'ਭਾਰਤ' ਬਨਾ ਦਿਤਾ ਗਿਆ। 1947 ਤੋਂ ਪਹਿਲਾਂ ਕੋਈ 'ਭਾਰਤ' ਹਸਤੀ ਨਹੀਂ ਸੀ।
- ਸਿੱਖਾਂ ਦੀ ਮੌਜੂਦਾ ਦੁਰਦਸ਼ਾ ਲਗਭਗ ਸਾਰੀ ਇਸ ਗੰਭੀਰ ਰਣਨੀਤਕ ਗਲਤੀ ਤੋਂ ਆਉਂਦੀ ਹੈ ਕੇ 1947 ਵਿੱਚ ਇਤਿਹਾਸ ਦੇ ਨਾਜ਼ੁਕ ਚੌਰਾਹੇ ਤੇ ਆਪਣੇ ਲਈ ਰਾਸ਼ਟਰ-ਰਾਜ ਨਾ ਬਣਾ ਸਕੇ। ਸਿੱਖਾਂ ਦੀ ਸਭ ਤੋਂ ਵੱਡੀ ਰਣਨੀਤਕ ਅਤੇ ਇਤਿਹਾਸਕ ਗਲਤੀ ਝੂਠੇ ਵਾਅਦਿਆਂ ਵਿੱਚ ਵਿਸ਼ਵਾਸ ਕਰਨਾ ਅਤੇ 1947 ਵਿੱਚ ਭਾਰਤ ਦਾ ਹਿੱਸਾ ਬਣਨਾ ਸੀ।

- ਸਿੱਖਾਂ ਅਤੇ ਪੰਜਾਬ ਦਾ ਭਾਰਤ ਦਾ ਹਿੱਸਾ ਬਣਨਾ ਇੱਕ ਵੱਡੀ ਗਲਤੀ ਸੀ ਕਿਉਂਕਿ ਸਿੱਖ ਅਤੇ ਪੰਜਾਬ ਇੱਕ ਵੱਖਰੀ ਨਸਲ, ਸੱਭਿਅਤਾ, ਧਰਮ, ਸੱਭਿਆਚਾਰ, ਭਾਸ਼ਾ, ਭੋਜਨ ਅਤੇ ਦ੍ਰਿਸ਼ਟੀਕੋਣ ਹਨ। ਸੈਮੂਅਲ ਹੰਟਿੰਗਟਨ ਦੁਆਰਾ ਲਿਖੀ ਕਿਤਾਬ 'ਸਭਿਅਤਾਵਾਂ ਦਾ ਟਕਰਾਅ' ਦਰਸਾਉਂਦੀ ਹੈ ਕਿ ਵੱਖ-ਵੱਖ ਸੱਭਿਅਤਾ ਵਾਲੇ ਲੋਕ ਇਕੱਠੇ ਨਹੀਂ ਰਿਹ ਸਕਦੇ।
- ਸਿੱਖਾਂ ਨੂੰ ਰਾਜਨੀਤਿਕ ਤੌਰ ਤੇ ਬੇਘਰ ਕਰ ਦਿੱਤਾ ਗਿਆ। ਸਿੱਖ ਤੀਜੀ ਦੁਨੀਆ (third world) ਦੇ 'ਮਾਲੇਵੋਲੈਂਟ ਰਿਪਬਲਿਕ' (ਮਾਰੂ ਗਣਰਾਜ) ਯਾਨੀ ਭਾਰਤ ਦੇ ਨਾਗਰਿਕ ਬਨ ਗਏ, ਜਿਸ ਨਾਲ ਉਨ੍ਹਾਂ ਦਾ ਕੋਈ ਸਾਂਝਾ ਨਹੀਂ ਹੈ, ਡੂੰਘਾ ਅਵਿਸ਼ਵਾਸ ਹੈ, ਅਤੇ ਕਿਸੇ ਵੀ ਤਰ੍ਹਾਂ ਦਾ ਵਿਚਾਰਧਾਰਕ ਮੇਲ ਨਹੀਂ ਖਾਂਦਾ। ਭਾਰਤੀ ਲੇਖਕ 'ਮਾਲੇਵੋਲੈਂਟ ਰਿਪਬਲਿਕ' (ਮਾਰੂ ਗਣਰਾਜ) ਯਾਨੀ ਭਾਰਤ ਬਾਰੇ ਵਿਸਥਾਰ ਵਿੱਚ ਲਿਖਦੇ ਹਨ। (K.S. Komireddi, 2020)
- ਪ੍ਰੋ. ਗੁਰਦਰਸ਼ਨ ਸਿੰਘ ਢਿੱਲੋਂ ਨੇ "ਸਿੱਖ ਹੋਮਲੈਂਡ ਦੀ ਮੰਗ ਦੇ ਵਿਕਾਸ" ਬਾਰੇ ਲਿਖਿਆ ਹੈ। (Prof. Gurdarshan Singh Dhillon, 1974) ਉਹ ਟੁੱਟੇ ਹੋਏ ਰਾਜਨੀਤਿਕ ਵਾਅਦਿਆਂ ਅਤੇ ਸਿੱਖਾਂ ਨਾਲ ਭਾਰਤ ਦੀ ਬੇਈਮਾਨੀ ਦਾ ਵਰਣਨ ਕਰਦੇ ਹਨ। ਉਨ੍ਹਾਂ ਨੇ ਆਪਣੀ ਕਿਤਾਬ "ਇੰਡੀਆ ਕਮਿਟਸ ਸੁਸਾਈਡ" ਵਿੱਚ ਸਿੱਖ ਸ਼ਿਕਾਇਤਾਂ ਅਤੇ ਦਮਨ ਦਾ ਵੀ ਦਸਤਾਵੇਜ਼ੀਕਰਨ ਕੀਤਾ ਹੈ। (Prof. Gurdarshan Singh Dhillon, India commits suicide, 1993)
- ਇਸ ਇਤਿਹਾਸਕ ਬੇਇਨਸਾਫ਼ੀ ਨੂੰ ਖਤਮ ਕਰਨ ਦੀਆਂ ਕੋਸ਼ਿਸ਼ਾਂ ਅੱਜ ਵੀ ਜਾਰੀ ਹਨ। ਖਾਲਿਸਤਾਨ ਲਹਿਰ ਅਤੇ ਖਾਲਿਸਤਾਨ ਰੈਫਰੈਂਡਮ ਇਸ ਕੋਸ਼ਿਸ਼ ਦਾ ਹਿੱਸਾ ਹਨ। (Khalistan Referendum, Wikipedia, 2025)

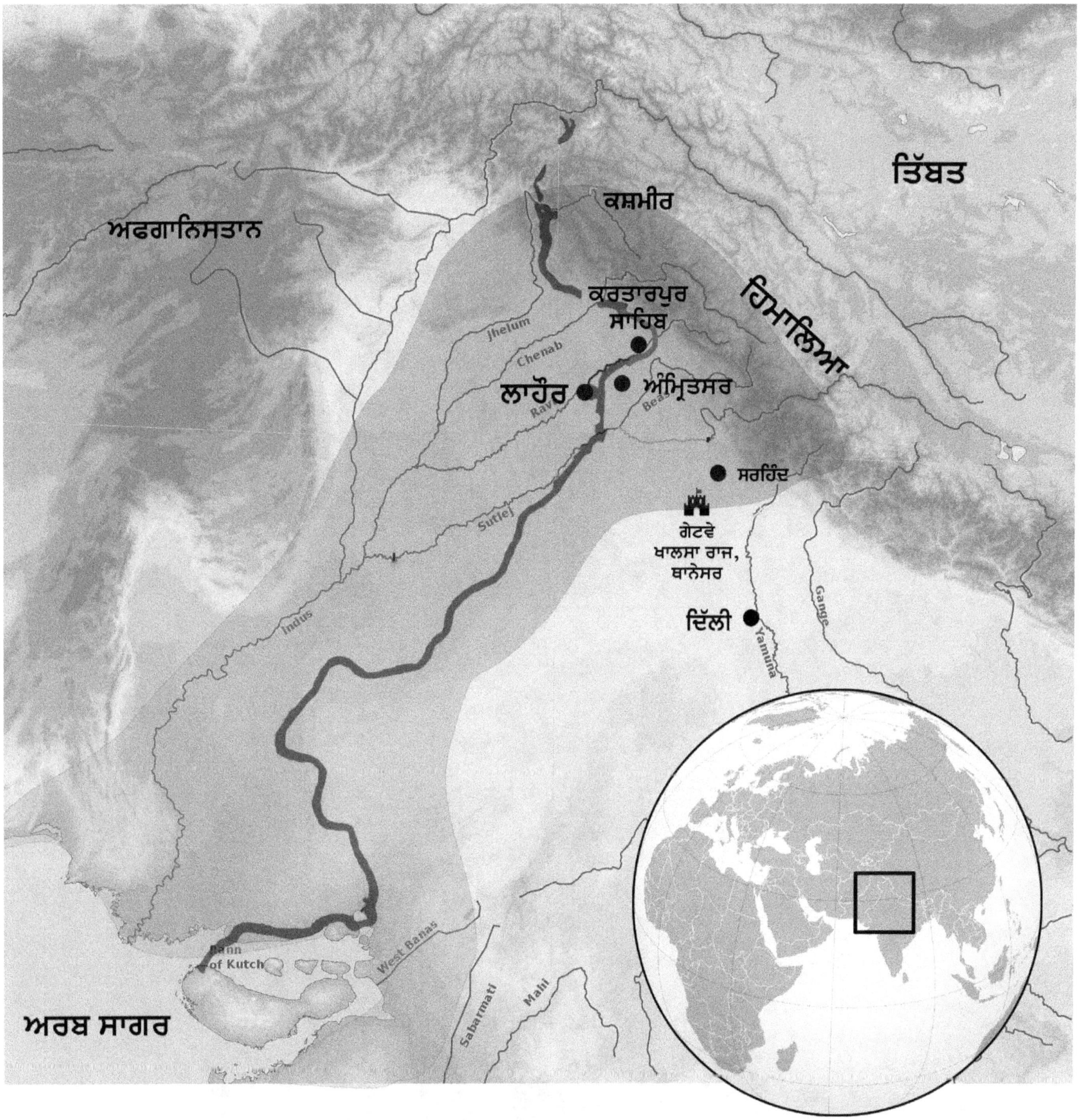

1947 ਵਿੱਚ ਜਿਸ ਨੂੰ ਭਾਰਤ ਦੀ ਵੰਡ ਕਿਹਾ ਜਾਂਦਾ ਹੈ ਪੰਜਾਬ ਅਤੇ ਸਿੰਧੂ ਘਾਟੀ ਸਭਿਅਤਾ ਦੀ ਵੰਡ ਸੀ।
1947 ਦੀ ਵੰਡ ਤੋਂ ਪਹਿਲਾਂ ਕੋਈ 'ਭਾਰਤ' ਨਹੀਂ ਸੀ।

ਸਿੰਧੂ ਘਾਟੀ ਸਭਿਅਤਾ ਨੂੰ ਹਲਕੇ ਸਲੇਟੀ ਰੰਗ ਵਿੱਚ ਦਿਖਾਇਆ ਗਿਆ ਹੈ
ਜਿਸਦੇ ਵਿੱਚੋਂ ਮੌਜੂਦਾ ਭਾਰਤ-ਪਾਕਿਸਤਾਨ ਸਰਹੱਦ ਲੰਘਦੀ ਹੈ।

ਥਾਨੇਸਰ ਵਿਖੇ ਖਾਲਸਾ ਰਾਜ ਦਾ ਪ੍ਰਵੇਸ਼ ਦੁਆਰ ਸਿੰਧੂ ਘਾਟੀ ਸਭਿਅਤਾ ਅਤੇ ਸਿੱਖਾਂ ਦੇ ਪ੍ਰਭਾਵ ਦੀ ਹੱਦ ਸੀ।

ਪਾਠ 18

ਜ਼ਫਰਨਾਮਾ

- ਜ਼ਫਰਨਾਮਾ ਗੁਰੂ ਗੋਬਿੰਦ ਸਿੰਘ ਦੁਆਰਾ ਮੁਗਲ ਬਾਦਸ਼ਾਹ ਔਰੰਗਜ਼ੇਬ ਨੂੰ 1705 ਵਿੱਚ ਭੇਜੀ ਇਤਿਹਾਸਕ ਚਿੱਠੀ ਹੈ।
- ਗੁਰੂ ਗੋਬਿੰਦ ਸਿੰਘ ਨੇ ਮੁਗਲਾਂ ਦੀ ਤਾਨਾਸ਼ਾਹੀ ਤੇ ਥੋਖੇ ਬਾਜ਼ੀ ਤੋਂ ਤੰਗ ਹੋ ਕੇ ਲਿੱਖੀ। ਮੁਗਲਾਂ ਨੇਂ ਗੁਰੂ ਗੋਬਿੰਦ ਸਿੰਘ ਨਾਲ ਚਮਕੋਰ ਦੀ ਜੰਗ ਵਿੱਚ ਝੂਠੇ◌ੇ ਵਾਅਦੇ ਕੀਤੇ। ਕੋਰਾਨ ਦੀ ਸੌਂਹ ਚੱਕ ਕੇ ਗੁਰੂ ਗੋਬਿੰਦ ਸਿੰਘ ਨੂੰ ਚਮਕੋਰ ਦੀ ਗੜ੍ਹੀ ਝਡਨ ਲਈ ਕਿਹਾ। ਮੁਗਲਾਂ ਨੇ ਆਪਣਾ ਵਾਅਦਾ ਤੋੜਿਆ ਅਤੇ ਗੁਰੂ ਗੋਬਿੰਦ ਸਿੰਘ ਜੀ ਤੇ ਹਮਲਾ ਕੀਤਾ ਜਦੋਂ ਉਹ ਚਮਕੌਰ ਦੀ ਗੜ੍ਹੀ ਛੱਡ ਰਹੇ ਸਨ। ਧੋਖੇ ਨਾਲ ਕੀਤੇ ਹਮਲੇ ਵਿੱਚ ਦੋ ਸਾਹਿਬਜ਼ਾਦੇ ਸ਼ਹੀਦ ਹੋ ਗਏ।
- ਜ਼ਫਰਨਾਮਾ ਸਿੱਖਾਂ ਦੀ ਮੁਗਲਾਂ ਉੱਤੇ ਨੈਤਿਕ ਜਿੱਤ ਦੀ ਚਿਠੀ ਹੈ। ਥੋਖੇ ਬਾਜ਼ੀ ਤੇ ਝੂਠੇ◌ੇ ਵਾਅਦੇ ਨਾਲ ਕਿਸੇ ਨੂੰ ਹਰਾੱ ਕੇ ਜਿਤ ਨਹੀਂ ਹੁੰਦੀ।
- ਮੁਗ਼ਲ ਬਾਦਸ਼ਾਹ ਔਰੰਗਜ਼ੇਬ ਜ਼ਫ਼ਰਨਾਮਾ ਪੜ੍ਹ ਕੇ ਬਹੁਤ ਦੁਖੀ ਹੋਇਆ। ਫਿਰ ਉਹ ਬੀਮਾਰ ਹੋ ਗਿਆ। ਦੋਵਾਂ ਵਿਚਕਾਰ ਮੁਲਾਕਾਤ ਦਾ ਪ੍ਰਬੰਧ ਹੋ ਰਿਹਾ ਸੀ। ਪਰ ਇਸ ਮੁਲਾਕਾਤ ਤੋਂ ਪਹਿਲਾਂ ਹੀ ਔਰੰਗਜ਼ੇਬ ਦੀ ਮੌਤ ਹੋ ਗਈ।
- ਗੁਰੂ ਗੋਬਿੰਦ ਸਿੰਘ ਜੀ ਨੇ ਫ਼ਾਰਸੀ ਵਿੱਚ ਜ਼ਫ਼ਰਨਾਮਾ ਲਿਖਿਆ ਅਤੇ ਉਨ੍ਹਾਂ ਗਲਾਂ ਦਾ ਹਵਾਲਾ ਦਿੱਤਾ ਜਿਸਨੂੰ ਮੁਗਲ ਬਾਦਸ਼ਾਹ ਨੂੰ ਪਤਾ ਹੋਵੇਗਾ। ਗੁਰੂ ਜੀ ਨੇ ਔਰੰਗਜ਼ੇਬ ਨੂੰ ਉਸਦੀ ਥੋਕੇ ਬਾਜ਼ੀ ਅਤੇ ਨੈਤਿਕ ਗਿਰਾਵਟ ਦਾ ਇਹਸਾਸ ਦਵਾਇਆ। ਗੁਰੂ ਜੀ ਨੇ ਬੌਧਿਕ ਯੁੱਧ ਵਿਚ ਜਿੱਤ ਹਾਸਲ ਕੀਤੀ ਅਤੇ ਸਿੱਖਾਂ ਦੀ ਬੌਧਿਕ, ਭਾਸ਼ਾਈ, ਅਤੇ ਨੈਤਿਕ ਸ਼ਕਤੀ ਦਾ ਪ੍ਰਦਰਸ਼ਨ ਕੀਤਾ।
- ਜ਼ਫਰਨਾਮਾ ਗੁਰੂ ਗੋਬਿੰਦ ਸਿੰਘ ਜੀ ਨੇ 2 ਸਿੱਖਾਂ - ਭਾਈ ਦਇਆ ਸਿੰਘ ਅਤੇ ਭਾਈ ਧਰਮ ਸਿੰਘ - ਦੁਆਰਾ ਔਰੰਗਜ਼ੇਬ ਤਕ ਪਹੁੰਚਾਇਆ ਗਿਆ ਕਿਉਂਕਿ ਉਨ੍ਹਾਂ ਨੂੰ ਭਰੋਸਾ ਨਹੀਂ ਸੀ ਕੀ ਔਰੰਗਜ਼ੇਬ ਤਕ ਜ਼ਫਰਨਾਮਾ ਪਹੁੰਚੇਗਾ। ਗੁਰੂ ਜੀ ਔਰੰਗਜ਼ੇਬ ਤੇ ਜ਼ਫਰਨਾਮਾ ਪੜਨ ਦਾ ਅਸਰ ਵੀ ਜਾਨਨਾ ਚਾਹੁੰਦੇ ਸੀ।
- ਜ਼ਫਰਨਾਮਾ ਦੇ ਕਈ ਫਾਰਸੀ ਤੋਂ ਪੰਜਾਬੀ ਅਨੁਵਾਦ ਹਨ। (SikhWiki, 2025)
- ਜ਼ਫਰਨਾਮਾ ਸਿੱਖਾਂ ਲਈ ਇਤਿਹਾਸਕ ਦਸਤਾਵੇਜ਼ ਹੈ। ਇਹ ਸਿੱਖ ਕਦਰਾਂ-ਕੀਮਤਾਂ ਦੀ ਗੱਲ ਕਰਦਾ ਹੈ ਜਿਵੇਂ ਕੇ ਨੈਤਿਕਤਾ (morality), ਸੱਚ ਬੋਲਨਾ, ਧੋਖੇ ਨਾ ਕਰਨੇ, ਨਿਆਂ, ਇਮਾਨਦਾਰੀ, ਤੇ ਜ਼ੁਲਮ ਦਾ ਲਗਾਤਾਰ ਵਿਰੋਧ।
- ਜਾਲਮ ਨੂੰ ਉਸਦੇ ਜੁਲਮ ਬਾਰੇ ਦੱਸਣ ਤੇ ਉਸਦੀ ਨੈਤਿਕ ਗਿਰਾਵਟ ਦਾ ਇਹਸਾਸ ਕਰਵਾਨਾ ਜਰੂਰੀ ਹੈ।
- ਅੱਜ ਬੋਲਣ ਦੀ ਆਜ਼ਾਦੀ ਅਤੇ ਜ਼ੁਲਮ ਵਿਰੁੱਧ ਆਵਾਜ਼ ਲਈ ਜੰਗ ਚਲ ਰਹੀ ਹੈ। ਜ਼ਫਰਨਾਮਾ ਇਸ ਦਾ ਇਤਿਹਾਸਕ ਦਸਤਾਵੇਜ਼ ਹੈ।

ਜੇਕਰ ਕੋਈ ਵਿਅਕਤੀ ਕੁਰਾਨ ਤੇ ਕਿਸੇ ਦੀ ਸਹੁੰ ਨੂੰ ਮੰਨਦਾ ਹੈ, ਤਾਂ ਉਸ ਤੇ ਨਾ ਤਾਂ ਹਮਲਾ ਕੀਤਾ ਜਾਣਾ ਚਾਹੀਦਾ ਹੈ, ਨਾ ਹੀ ਮਾਰਿਆ ਜਾਣਾ ਚਾਹੀਦਾ ਹੈ। ਔਰੰਗਜ਼ੇਬ, ਮੈਂ ਕੁਰਾਨ ਦੀ ਤੇਰੀ ਸਹੁੰ ਮੰਨੀ ਸੀ ਕਿ ਜੇ ਮੈਂ ਅਨੰਦਪੁਰ ਛੱਡ ਦੇਵਾਂ, ਤਾਂ ਤੂੰ ਮੈਨੂੰ ਸੁਰੱਖਿਅਤ ਰਸਤਾ ਦੇਵੇਂਗਾ। ਫਿਰ ਵੀ ਤੂੰ ਹਮਲਾ ਕਰਕੇ ਆਪਣੀ ਸਹੁੰ ਤੋੜ ਦਿੱਤੀ।

ਮੈਨੂੰ ਤੇਰੇ ਉੱਤੇ ਪਾਣੀ ਦੀ ਇੱਕ ਬੂੰਦ ਦੇ ਬਰਾਬਰ ਵੀ ਭਰੋਸਾ ਨਹੀਂ ਹੈ। ਤੁਹਾਡੀ ਫੌਜ ਦੇ ਜਨਰਲ ਅਤੇ ਸਲਾਹਕਾਰ (ਜੋ ਕੁਰਾਨ ਤੇ ਤੁਹਾਡੀਆਂ ਸਹੁੰਆਂ ਲੈ ਕੇ ਮੇਰੇ ਕੋਲ ਆਏ ਸਨ) ਸਭ ਝੂਠ ਬੋਲ ਰਹੇ ਸਨ।

ਜੇ ਤੁਸੀਂ ਚਾਹੋ, ਮੈਂ ਤੁਹਾਨੂੰ ਉਹ ਕੁਰਾਨ ਦੇ ਸਕਦਾ ਹਾਂ, ਜਿਸ ਵਿਚ ਝੂਠੇ ਲਿਖਤੀ ਵਾਅਦੇ ਹਨ।

ਕੁਝ ਚੰਗਿਆੜੀਆਂ (ਸਾਹਿਬਜ਼ਾਦਿਆਂ) ਨੂੰ ਬੁਝਾ ਕੇ ਤੁਸੀਂ ਕਿੰਨੀ ਮਰਦਾਨਗੀ ਦਿਖਾਈ ਹੈ। ਤੁਸੀਂ ਅੱਗ ਨੂੰ ਹੋਰ ਭੜਕਾਇਆ ਹੈ।

ਔਰੰਗਜ਼ੇਬ, ਬੇਕਸੂਰਾਂ ਨੂੰ ਤੰਗ ਕਰਨ ਲਈ ਆਪਣੀ ਤਾਕਤ ਦੀ ਵਰਤੋਂ ਕਰਨਾ ਬੰਦ ਕਰੋ। ਝੂਠੀਆਂ ਸਹੁੰਆਂ ਖਾ ਕੇ ਇਹਨਾਂ ਬੇਜ਼ੁਬਾਨਾਂ ਉੱਤੇ ਜ਼ੁਲਮ ਨਾ ਕਰ।

ਜ਼ਫਰਨਾਮਾ, ਗੁਰੂ ਗੋਬਿੰਦ ਸਿੰਘ, 1705

ਪਾਠ 19

ਸਿੱਖੀ ਦਾ ਹਾਈਜੈਕ ਤੇ ਘੁਸਪੈਠ

- "ਸਿੱਖੀ [ਸਿੱਖ ਧਰਮ] ਜਿਵੇਂ ਕਿ ਅੱਜ ਪ੍ਰਚਲਿਤ ਹੈ, ਹੁਣ ਉਹ ਸਿੱਖੀ ਨਹੀਂ ਰਹੀ ਜੋ ਸਾਨੂੰ ਸਾਡੇ ਗੁਰੂਆਂ ਦੁਆਰਾ ਸਿਖਾਈ ਗਈ ਸੀ।" (Dr. Karminder Singh Dhillon, The Hijackers of Sikhi, 2018)
- ਡਾ. ਕਰਮਿੰਦਰ ਸਿੰਘ ਢਿੱਲੋਂ ਦੀ ਕਿਤਾਬ 'ਹਾਈਜੈਕਿੰਗ ਆਫ਼ ਸਿੱਖੀ' ਇਸਦਾ ਵਿਸਥਾਰ ਨਾਲ ਵਰਣਨ ਕਰਦੀ ਹੈ। ਇਹ ਇਸਦੇ ਮੂਲ, ਵਿਗਾੜਾਂ ਅਤੇ ਵਿਗੜੀ ਹੋਈ ਸਿੱਖੀ ਦੀ ਮੌਜੂਦਾ ਸਥਿਤੀ ਬਾਰੇ ਦਸਦੀ ਹੈ।
- "ਇਹ ਅਧਿਆਤਮਿਕਤਾ ਵਿਗੜੀ ਹੋਈ, ਭ੍ਰਿਸ਼ਟ ਅਤੇ ਦਾਗੀ ਹੈ। ਇਸਦੀ ਲਿਖਤ - ਗੁਰਬਾਣੀ - ਨੂੰ ਵੈਦਿਕ ਅਤੇ ਪੁਰਾਣਿਕ ਵਿਆਖਿਆਵਾਂ ਅਤੇ ਅਨੁਵਾਦਾਂ ਦੁਆਰਾ ਵਿਗਾੜਿਆ ਗਿਆ ਹੈ; ਇਸਦਾ ਇਤਿਹਾਸ ਸਾਖੀਆਂ ਨਾਮਕ ਚਮਤਕਾਰਾਂ ਦੀਆਂ ਅਵਿਸ਼ਵਾਸ਼ਯੋਗ ਕਹਾਣੀਆਂ ਵਿੱਚ ਉਲਝਿਆ ਹੋਇਆ ਹੈ, ਅਤੇ ਇਸਦੇ ਧਾਰਮਿਕ ਅਭਿਆਸਾਂ ਵਿੱਚ 1469 ਤੋਂ ਪਹਿਲਾਂ ਦੇ ਧਰਮਾਂ ਦੇ ਰੱਦ ਕੀਤੇ ਗਏ ਰੀਤੀ ਰਿਵਾਜਾਂ ਤੋਂ ਸਮਗਲ ਕੀਤੇ ਗਏ ਹਨ। ਇਸਦੇ ਵਿਲੱਖਣ ਮਾਰਗ ਅਤੇ ਬਰਾਬਰ ਵੱਖਰੇ ਟੀਚਿਆਂ ਤੋਂ ਅਗਵਾ ਕਰ ਲਿਆ ਗਿਆ ਹੈ।"
- ਸਿੱਖ ਧਰਮ (ਸਿੱਖੀ) ਆਪਨੇ ਸਮੇਂ ਵਿਲੱਖਣ ਅਤੇ ਬਹੁਤ ਵੱਡਾ ਫਲਸਫ਼ਾ ਸੀ ਅਤੇ ਅੱਜ ਵੀ ਢੁਕਵਾਂ ਹੈ। ਸਦੀਆਂ ਤੋਂ ਮਨੁੱਖੀ ਸੁਭਾਅ ਨਹੀਂ ਬਦਲਿਆ ਹੈ। ਦੁੱਖ ਦੀ ਗੱਲ ਹੈ ਕਿ ਇਸਨੂੰ ਇਸਦੇ ਇੰਚਾਰਜਾਂ ਦੁਆਰਾ ਗਲਤ ਸਮਝਿਆ ਗਿਆ ਅਤੇ ਤੋੜਿਆ-ਮਰੋੜਿਆ ਗਿਆ।
- "ਸਿੱਖੀ ਦੀ ਵਿਲੱਖਣਤਾ ਸੰਪੂਰਨ ਸੀ। ਸਿੱਖ ਅਧਿਆਤਮਿਕਤਾ ਦਾ ਹਰ ਪਹਿਲੂ ਉਸ ਸਮੇਂ ਦੇ ਮੌਜੂਦਾ ਪਹਿਲੂਆਂ ਨਾਲੋਂ ਵਿਲੱਖਣ ਤੌਰ ਤੇ ਵੱਖਰਾ ਸੀ... ਹਾਈਜੈਕਿੰਗ ਦੇ 207 ਸਾਲਾਂ ਵਿੱਚ, ਸਿੱਖੀ ਦੀ ਵਿਲੱਖਣਤਾ ਬਾਰੇ ਲਗਭਗ ਹਰ ਚੀਜ਼ ਜੋ ਸਾਡੇ ਗੁਰੂਆਂ ਦੁਆਰਾ 239 ਸਾਲਾਂ ਵਿੱਚ ਬਣਾਈ ਗਈ ਸੀ, ਉਲਟਾ ਦਿੱਤੀ ਜਾਵੇਗੀ। ਅਤੇ ਹਰ ਚੀਜ਼ ਜੋ ਰੱਦ ਕੀਤੀ ਗਈ ਸੀ, ਨੂੰ ਯੋਜਨਾਬੱਧ ਢੰਗ ਨਾਲ ਧਾਰਮਿਕ ਅਭਿਆਸਾਂ ਵਜੋਂ ਵਾਪਸ ਲਿਆਂਦਾ ਗਿਆ।"
- ਪ੍ਰਚਲਿਤ ਸਿੱਖੀ ਰਸਮਾਂ, ਵਿਗਾੜਾਂ, ਅਤੇ ਗਲਤ ਵਿਆਖਿਆਵਾਂ ਤੱਕ ਰਹਿ ਗਈ ਹੈ।
- "ਤਿੰਨਾਂ ਭਟਕਦੇ ਸਮੂਹਾਂ ਦੇ ਲੰਬੇ ਯਤਨਾਂ ਦਾ ਸੰਯੁਕਤ ਨਤੀਜਾ ਇਹ ਹੈ ਕਿ ਸਿੱਖੀ ਇੱਕ ਗੰਭੀਰ ਰਸਮੀ ਢੰਗ ਅਪਣਾ ਲਵੇਗੀ। ਸਿੱਖੀ ਦੇ ਅਧਿਆਤਮਿਕ ਪੱਧਰ ਨੂੰ ਯੋਜਨਾਬੱਧ ਢੰਗ ਨਾਲ ਪਰ ਯਕੀਨੀ ਤੌਰ ਤੇ ਹਾਈਜੈਕ ਕਰ ਲਿਆ ਜਾਵੇਗਾ ਅਤੇ ਉਸੇ ਮੰਜ਼ਿਲ ਤੇ ਵਾਪਸ ਲਿਜਾਇਆ ਜਾਵੇਗਾ ਜਿੱਥੋਂ ਇਹ ਵੱਖ ਹੋਣਾ ਚਾਹੁੰਦਾ ਸੀ।"
- "ਜਿਹੜੇ ਸਿੱਖ ਅਗਵਾ ਹੋਣ ਬਾਰੇ ਜਾਣੂ ਹੋ ਗਏ ਹਨ ਅਤੇ ਪ੍ਰਮਾਣਿਕ ਗੁਰੂ ਗ੍ਰੰਥ ਸਾਹਿਬ ਅਧਾਰਤ ਸਿੱਖੀ ਵੱਲ ਵਾਪਸ ਜਾਣ ਦੀ ਇੱਛਾ ਰੱਖਦੇ ਹਨ, ਉਨ੍ਹਾਂ ਨੂੰ ਭ੍ਰਿਸ਼ਟ ਸਮਝਿਆ ਜਾਂਦਾ ਹੈ ਜਦੋਂ ਕਿ ਅਗਵਾ ਕੀਤੇ

ਗਏ ਸੰਸਕਰਣ ਦੇ ਪੈਰੋਕਾਰਾਂ ਨੂੰ ਸੱਚੇ ਸੁੱਚੇ ਸਿੱਖ ਮੰਨਿਆ ਜਾਂਦਾ ਹੈ।" ('ਹਾਈਜੈਕਿੰਗ ਆਫ਼ ਸਿੱਖੀ', ਡਾ. ਕਰਮਿੰਦਰ ਸਿੰਘ ਢਿੱਲੋਂ)

- ਇਹਨਾਂ ਦੀ ਸ਼ੁਰੂਆਤ ਉਦੋਂ ਹੋਈ ਜਦੋਂ, "ਪ੍ਰਮਾਣਿਕ ਸਿੱਖ - ਕਿਉਂਕਿ ਉਨ੍ਹਾਂ ਦੇ ਸਿਰਾਂ ਦੇ ਮੁਲ ਸੀ - ਪੰਜਾਬ ਦੇ ਜੰਗਲਾਂ, ਰਾਜਸਥਾਨ ਦੇ ਮਾਰੂਥਲ ਖੇਤਰਾਂ ਅਤੇ ਜੰਮੂ ਅਤੇ ਕਸ਼ਮੀਰ ਦੀਆਂ ਪਹਾੜੀਆਂ ਵਿੱਚ ਪਨਾਹ ਲੈਂਦੇ ਸਨ।"
- "ਇਹ ਖਾਲੀਪਣ ਕਰਕੇ ਸਿੱਖ ਗੁਰਦੁਆਰੇ, ਸੰਸਥਾਵਾਂ, ਅਤੇ ਸਿੱਖ ਮਾਨਸਿਕਤਾ ਨਾਲ ਜੁੜੀ ਲਗਭਗ ਹਰ ਚੀਜ਼ ਵਿੱਚ ਗੈਰ-ਸਿੱਖ, ਸਿੱਖ ਵਿਰੋਧੀ, ਤੇ ਭਟਕੇ ਹੋਏ ਸਿੱਖਾਂ ਨੇ ਘੁਸਪੈਠ ਕੀਤੀ।"
- ਜ਼ਿਆਦਾਤਰ ਧਾਰਮਿਕ ਆਗੂ ਅਤੇ ਪ੍ਰਚਾਰਕ ਗਿਆਨ ਦੇ ਮਾਲਕ ਹੋਣ ਦੀ ਬਜਾਏ ਭਾਵਨਾਵਾਂ ਦੇ ਮਾਲਕ ਹੁੰਦੇ ਹਨ। ਉਹ ਆਪਣੇ ਖਾਲੀ ਭਰੋਸੇ ਨਾਲ ਲੋਕਾਂ ਨੂੰ ਭਾਵਨਤਮਕ ਕਰਕੇ ਗੁੰਰਾਹ ਕਰਦੇ ਹਨ। ਉਹ 'ਜਨਤਾ ਦਾ ਅਫੀਮ' (ਕਾਰਲ ਮਾਰਕਸ) ਵਾਂਗ ਹਨ।

'ਵੀਰ ਬਾਲ ਦਿਵਸ'।
ਸਰਕਾਰ ਦੁਆਰਾ ਸਪਾਂਸਰ ਕੀਤੇ ਗਈ ਹਾਈਜੈਕਿੰਗ ਅਤੇ ਸਿੱਖੀ ਦੇ ਵਿਗਾੜ ਦਾ ਉਦਾਹਰਣ।
ਸਿੱਖ ਸਾਹਿਬਜ਼ਾਦੇ ਪੰਥ ਦੇ 'ਬਾਬੇ' ਹਨ, 'ਵੀਰ ਬਾਲ' ਨਹੀਂ।

ਭਾਗ 3

ਸਿੱਖ ਫਲਸਫਾ

ਪਾਠ 20

ਮੂਲ ਸਿੱਖ ਸਿਧਾਂਤ

- ਮੂਲ ਸਿੱਖ ਸਿਧਾਂਤ ਹੈ ਕਿਰਤ ਕਰੋ, ਵੰਡ ਛਕੋ, ਨਾਮ ਜਪੋ।
- ਕਿਰਤ ਕਰੋ: ਕੰਮ ਕਰੋ ਅਤੇ ਦੂਜਿਆਂ ਤੇ ਭਰੋਸਾ ਨਾ ਕਰੋ। ਜੋ ਕੰਮ ਕਰ ਸਕਦੇ ਹੋ ਕਰੋ। ਹਰ ਕੰਮ ਦੀ ਇੱਜ਼ਤ ਹੈ। ਕੋਈ ਵੀ ਕੰਮ ਕਿਸੇ ਤੋਂ ਹੇਠਾਂ ਜਾਂ ਕਿਸੇ ਤੋਂ ਉੱਪਰ ਨਹੀਂ ਹੁੰਦਾ। ਸਮਾਜ ਦੀ ਸੇਵਾ ਕਰਕੇ ਇੱਜ਼ਤ ਮਿਲਦੀ ਹੈ। ਇਹ ਹਿੰਦੂ ਧਰਮ ਦੇ ਉਲਟ ਹੈ ਜਿੱਥੇ ਤੁਹਾਡਾ ਜਨਮ ਅਤੇ ਜਿਸ ਪਰਿਵਾਰ ਵਿੱਚ ਤੁਸੀਂ ਪੈਦਾ ਹੋਏ ਹੋ, ਇਹ ਫੈਸਲਾ ਕਰਦਾ ਹੈ ਕਿ ਤੁਸੀਂ ਕੀ ਕਰਦੇ ਹੋ।
- ਵੰਡ ਛਕੋ: ਆਪਣੀ ਕਮਾਈ ਦਾ 10% (ਦਸਵੰਧ) ਲੋੜਵੰਦਾਂ ਨਾਲ ਸਾਂਝਾ ਕਰੋ। ਇਹ ਕਲਿਆਣਕਾਰੀ ਰਾਜ (welfare state) ਨਹੀਂ ਹੈ। ਸਰਕਾਰ (ਜਾਂ ਰਾਜ) ਇਸ ਵਿੱਚ ਸ਼ਾਮਲ ਨਹੀਂ ਹੈ। ਇਹ ਚੈਰਿਟੀ ਵੀ ਨਹੀਂ ਹੈ। ਇਹ ਨਿੱਜੀ, ਕਮਿਊਨਿਟੀ ਪ੍ਰਬੰਧਿਤ, ਗੈਰ-ਸਰਕਾਰੀ ਨਿੱਜੀ ਸਮਾਜਿਕ ਸੁਰੱਖਿਆ ਹੈ।
- ਨਾਮ ਜਪੋ: ਭ੍ਰਿਸ਼ਟ ਕੁਲੀਨ ਵਰਗ ਤੇ ਭਰੋਸਾ ਕਰਨ ਦੀ ਬਜਾਏ ਆਪ ਪੜ੍ਹੋ ਅਤੇ ਸਿੱਖੋ। ਇਹ ਹਿੰਦੂ ਧਰਮ ਦੇ ਉਲਟ ਹੈ ਜਿੱਥੇ ਰਾਜ ਸਿਰਫ ਅਖੌਤੀ 'ਉੱਚ ਵਰਗ' ਨੂੰ ਗਿਆਨ ਪ੍ਰਾਪਤ ਕਰਨ ਦੀ ਇਜਾਜ਼ਤ ਦਿੰਦਾ ਹੈ, ਅਤੇ ਹੋਰ ਜਾਤਾਂ ਤੋਂ ਗਿਆਨ ਖੋਹ ਲੈਂਦਾ ਹੈ।

ਪਾਠ 21

ਸਿੱਖ ਔਰਤਾਂ

- ਗੁਰੂ ਨਾਨਕ ਨੇ ਗੁਰੂ ਗ੍ਰੰਥ ਸਾਹਿਬ ਵਿੱਚ ਔਰਤਾਂ ਨੂੰ ਬਰਾਬਰ ਦੇ ਅਧਿਕਾਰ ਦਿਤੇ।

ਭੰਡਿ ਜੰਮੀਐ ਭੰਡਿ ਨਿੰਮੀਐ ਭੰਡਿ ਮੰਗਣੁ ਵੀਆਹੁ ॥ ਭੰਡਹੁ ਹੋਵੈ ਦੋਸਤੀ ਭੰਡਹੁ ਚਲੈ ਰਾਹੁ ॥
ਸੋ ਕਿਉ ਮੰਦਾ ਆਖੀਐ ਜਿਤੁ ਜੰਮਹਿ ਰਾਜਾਨ ॥ (ਅੰਗ 473)

ਅਨੁਵਾਦ: ਆਦਮੀ ਇੱਕ ਔਰਤ ਤੋਂ ਪੈਦਾ ਹੁੰਦਾ ਹੈ, ਉਸ ਨਾਲ ਵਿਆਹਿਆ ਜਾਂਦਾ ਹੈ, ਉਸ ਨਾਲ ਦੋਸਤੀ ਕਰਦਾ ਹੈ, ਅਤੇ ਉਸ ਨਾਲ ਬੱਚੇ ਅਤੇ ਭਵਿੱਖ ਬਣਾਉਂਦਾ ਹੈ।
ਤਾਂ ਫਿਰ ਉਸ ਨੂੰ ਬੁਰਾ ਕਿਉਂ ਕਿਹਾ ਜਾਵੇ ਜਿਸ ਤੋਂ ਰਾਜੇ ਪੈਦਾ ਹੁੰਦੇ ਹਨ?

- 500 ਸਾਲ ਤੋਂ ਵੀ ਵੱਧ ਸਮਾਂ ਪਹਿਲਾਂ ਸਿੱਖ ਸਥਾਪਨਾ ਤੋਂ ਲੈ ਕੇ ਹੁਣ ਤੱਕ ਸਿੱਖ ਔਰਤਾਂ ਨੂੰ ਸਿਧਾਂਤ ਅਤੇ ਅਭਿਆਸ ਵਿੱਚ ਹਮੇਸ਼ਾ ਮਰਦਾਂ ਦੇ ਬਰਾਬਰ ਅਧਿਕਾਰ ਪ੍ਰਾਪਤ ਰਹੇ ਹਨ।
- ਔਰਤਾਂ ਲਈ ਕੋਈ ਪਾਬੰਦੀਆਂ ਨਹੀਂ ਹਨ। ਉਨ੍ਹਾਂ ਨੂੰ ਸਾਰੀਆਂ ਧਾਰਮਿਕ, ਸੱਭਿਆਚਾਰਕ, ਆਰਥਿਕ, ਰਾਜਨੀਤਿਕ ਅਤੇ ਜਨਤਕ ਗਤੀਵਿਧੀਆਂ ਵਿੱਚ ਬਰਾਬਰ ਭਾਗੀਦਾਰੀ ਦੀ ਇਜਾਜ਼ਤ ਹੈ ਅਤੇ ਉਤਸ਼ਾਹਿਤ ਕੀਤਾ ਜਾਂਦਾ ਹੈ।
- ਪੱਛਮ ਦੇ ਉਲਟ, ਇੱਥੇ ਔਰਤ-ਪੁਰਸ਼ ਦੀ ਕੋਈ ਲੜਾਈ (Battle of the Sexes) ਨਹੀਂ ਹੈ। ਮਰਦ ਅਤੇ ਔਰਤਾਂ ਵੱਖੋ-ਵੱਖਰੇ ਹਨ ਅਤੇ ਭਾਈਚਾਰੇ ਵਿੱਚ ਵੱਖੋ-ਵੱਖਰੀਆਂ ਅਤੇ ਬਰਾਬਰ ਮਹੱਤਵਪੂਰਨ ਭੂਮਿਕਾਵਾਂ ਨਿਭਾਉਂਦੇ ਹਨ। ਸਿੱਖ ਸੱਭਿਆਚਾਰਕ ਤੌਰ ਤੇ ਪਰੰਪਰਾਵਾਦੀ ਹਨ। ਸਿੱਖ ਆਧੁਨਿਕਤਾ ਨੂੰ ਧਿਆਨ ਨਾਲ ਅਪਣਾਉਂਦੇ ਹਨ।
- ਬੇਬੇ ਨਾਨਕੀ (1464–1518) ਗੁਰੂ ਨਾਨਕ ਦੀ ਭੈਣ ਸੀ। ਜਦੋਂ ਗੁਰੂ ਨਾਨਕ ਆਪਣੀਆਂ ਉਦਾਸੀਆਂ ਤੇ ਸਨ, ਤਾਂ ਬੇਬੇ ਨਾਨਕੀ ਪਰਿਵਾਰ ਅਤੇ ਕਾਰੋਬਾਰ ਦੀ ਦੇਖਭਾਲ ਕਰਦੇ ਸੀ।
- ਮਾਤਾ ਖੀਵੀ (1506-1582) ਦੂਜੇ ਸਿੱਖ ਗੁਰੂ ਅੰਗਦ ਦੀ ਪਤਨੀ ਸੀ। ਉਹ ਸਿੱਖ ਭਾਈਚਾਰਕ ਰਸੋਈ (ਲੰਗਰ) ਚਲਾਉਂਦੇ ਸਨ ਅਤੇ ਇਸਨੂੰ ਇੱਕ ਅਜਿਹੀ ਪ੍ਰਥਾ ਵਿੱਚ ਬਦਲ ਦਿਤਾ ਜੋ ਸਿੱਖਾਂ ਵਿੱਚ ਪਿਆਰੀ ਹੈ। ਲੰਗਰ (ਭਾਈਚਾਰਕ ਰਸੋਈ) ਨਾਲ ਉਸਦਾ ਕੰਮ ਮਹੱਤਵਪੂਰਨ ਹੈ ਕਿਉਂਕਿ ਇਸਨੇ ਸਿੱਖਾਂ ਵਿੱਚ ਸਮਾਨਤਾ ਬਣਾਈ। ਸਾਰੇ ਸਿੱਖ ਆਪਣੇ ਪਿਛੋਕੜ ਅਤੇ ਰੁਤਬੇ ਦੀ ਪਰਵਾਹ ਕੀਤੇ ਬਿਨਾਂ ਇਕੱਠੇ ਖਾ ਸਕਦੇ ਸਨ ਅਤੇ ਬਰਾਬਰੀ ਨਾਲ ਗੱਲਬਾਤ ਕਰ ਸਕਦੇ ਸਨ। ਗੁਰੂ ਗ੍ਰੰਥ ਸਾਹਿਬ ਵਿੱਚ ਮਾਤਾ ਖੀਵੀ ਦਾ ਜ਼ਿਕਰ ਇੱਕ ਚੰਗੀ ਪਤਨੀ ਦੇ ਗੁਣਾਂ ਦੇ ਰੂਪ ਵਿੱਚ ਕੀਤਾ ਗਿਆ ਹੈ ਜਿਸਨੇ ਆਪਣੇ ਪਤੀ ਦਾ ਸਮਰਥਨ ਕੀਤਾ। ਉਨ੍ਹਾਂ ਨੇ ਮਹੱਤਵਪੂਰਨ ਪ੍ਰੋਜੈਕਟਾਂ ਦੀ ਅਗਵਾਈ ਕੀਤੀ। ਉਨ੍ਹਾਂ ਦੀ ਪ੍ਰਾਪਤੀਆਂ ਕ੍ਰਾਂਤੀਕਾਰੀ ਸਨ।

ਬਲਵੰਡ ਖੀਵੀ ਨੇਕ ਜਨ ਜਿਸੁ ਬਹੁਤੀ ਛਾਉ ਪਤ੍ਰਾਲੀ ॥ (ਅੰਗ 967)

ਅਨੁਵਾਦ: ਮਾਤਾ ਖੀਵੀ ਨੇਕ ਔਰਤ ਹਨ ਜੋ ਠੰਡੀ ਛਾਂ ਦੇਂਦੇ ਹਨ।

ਮਾਤਾ ਖੀਵੀ ਸਹੁ ਸੋਇ ਜਿਨਿ ਗੋਇ ਉਠਾਲੀ ॥੩॥ (ਅੰਗ 967)

- ਮਾਈ ਭਾਗੋ (ਮਾਤਾ ਭਾਗ ਕੌਰ, 1670-1720) ਨੇ 1705 ਵਿੱਚ ਇੱਕ ਮਹਾਨ ਲੜਾਈ ਵਿੱਚ 40 ਸਿੱਖਾਂ ਦਾ ਸੰਗਠਨ ਕੀਤਾ ਅਤੇ ਅਗਵਾਈ ਕੀਤੀ।
- ਮਾਤਾ ਗੁਜਰੀ (ਮਾਤਾ ਗੁਜਰ ਕੌਰ, 1624-1705) ਨੌਵੇਂ ਸਿੱਖ ਗੁਰੂ ਤੇਗ ਬਹਾਦਰ ਜੀ ਦੀ ਪਤਨੀ ਸੀ। ਉਨ੍ਹਾਂ ਨੇ ਗੁਰੂ ਤੇਗ ਬਹਾਦਰ ਜੀ ਦੇ ਉਭਾਰ ਨੂੰ ਦੇਖਿਆ। ਉਨ੍ਹਾਂ ਨੇ ਦਸਵੇਂ ਸਿੱਖ ਗੁਰੂ ਗੋਬਿੰਦ ਸਿੰਘ ਜੀ ਨੂੰ ਜਨਮ ਦਿੱਤਾ। ਉਨ੍ਹਾਂ ਦੀ ਪ੍ਰਮੁੱਖ ਭੂਮਿਕਾ ਉਨ੍ਹਾਂ ਦੇ ਦੋ ਪੋਤਿਆਂ ਨਾਲ ਆਨੰਦਪੁਰ ਸਾਹਿਬ ਦੇ ਕਿਲ੍ਹੇ ਤੋਂ ਘੇਰਾਬੰਦੀ ਦੌਰਾਨ ਸੀ। ਉਹ ਗੁਰੂ ਗੋਬਿੰਦ ਸਿੰਘ ਤੋਂ ਵੱਖ ਹੋੋ ਗਏ। ਗੰਗੂ ਬ੍ਰਾਹਮਣ ਨੇ ਉਨ੍ਹਾਂ ਨਾਲ ਧੋਖਾ ਕੀਤਾ। ਉਨ੍ਹਾਂ ਨੇ ਆਪਣੇ ਦੋ ਪੋਤਿਆਂ ਦੀ ਸ਼ਹਾਦਤ ਦੇਖੀ। ਮਾਤਾ ਗੁਜਰੀ ਨੇ ਸਿੱਖ ਇਤਿਹਾਸ ਦੇ ਇੱਕ ਮਹੱਤਵਪੂਰਨ ਸਮੇਂ ਤੇ ਦੋ ਸਿੱਖ ਗੁਰੂਆਂ ਦੇ ਉਤਰਾਅ-ਚੜ੍ਹਾਅ ਨੂੰ ਦੇਖਦੇ ਹੋਏ ਇੱਕ ਘਟਨਾਪੂਰਨ ਜੀਵਨ ਬਤੀਤ ਕੀਤਾ।
- ਰਾਨੀ ਜਿੰਦਾਂ: ਉਨ੍ਹਾਂ ਦਾ ਨਾਮ ਜਿੰਦ ਕੌਰ (1817-63) ਸੀ। ਉਹ ਮਹਾਰਾਜਾ ਰਣਜੀਤ ਸਿੰਘ ਦੀ ਪਤਨੀ ਅਤੇ ਮਹਾਰਾਜਾ ਦਲੀਪ ਸਿੰਘ ਦੀ ਮਾਂ ਸੀ। ਮਹਾਰਾਜਾ ਰਣਜੀਤ ਸਿੰਘ ਦੀ ਮੌਤ ਤੋਂ ਬਾਅਦ ਉਹ ਇੱਕ ਰੀਜੈਂਟ (ਅਸਥਾਈ ਰਾਜਾ) ਬਣ ਗਈ ਕਿਉਂਕਿ ਉਨ੍ਹਾਂ ਦਾ ਪੁੱਤਰ ਮਹਾਰਾਜਾ ਦਲੀਪ ਸਿੰਘ ਛੋਟਾ ਸੀ। ਮਹਾਰਾਜਾ ਰਣਜੀਤ ਸਿੰਘ ਦੀ ਮੌਤ ਤੋਂ ਬਾਅਦ ਉਨ੍ਹਾਂ ਦਾ ਯੋਗਦਾਨ ਸਿੱਖ ਰਾਜ ਦੇ ਨਾਲ-ਨਾਲ ਉਸਦੇ ਪਰਿਵਾਰ ਦਾ ਪ੍ਰਬੰਧਨ ਕਰਨਾ ਸੀ। ਉਹ ਐਂਗਲੋ-ਸਿੱਖ ਯੁੱਧ ਦੌਰਾਨ ਰੀਜੈਂਟ ਸੀ। ਸਿੱਖਾਂ ਦੇ ਉਸਦੇ ਆਲੇ-ਦੁਆਲੇ ਇਕੱਠੇ ਹੋਣ ਅਤੇ ਬਗਾਵਤ ਕਰਨ ਦੇ ਡਰ ਕਾਰਨ ਉਨ੍ਹਾਂ ਨੂੰ ਕੈਦ ਕਰ ਲਿਆ ਗਿਆ ਅਤੇ ਪੰਜਾਬ ਤੋਂ ਬਾਹਰ ਕਰ ਦਿੱਤਾ ਗਿਆ। ਉਨ੍ਹਾਂ ਨੂੰ ਭਾਰਤ, ਨੇਪਾਲ, ਅਤੇ ਅੰਤ ਵਿੱਚ ਇੰਗਲੈਂਡ ਦੇ ਵੱਖ-ਵੱਖ ਥਾਵਾਂ ਤੇ ਜਲਾਵਤਨ ਕਰ ਦਿੱਤਾ ਗਿਆ। 1863 ਵਿੱਚ 46 ਸਾਲ ਦੀ ਛੋਟੀ ਉਮਰ ਵਿੱਚ ਉਨ੍ਹਾਂ ਦੀ ਮੌਤ ਹੋ ਗਈ।
- ਰਾਜਕੁਮਾਰੀ ਬੰਬਾ (1869-1957): ਉਹ ਮਹਾਰਾਜਾ ਦਲੀਪ ਸਿੰਘ ਅਤੇ ਬੰਬਾ ਮੂਲਰ ਦੀ ਧੀ ਸੀ। ਉਨ੍ਹਾਂ ਦ ਪਹਿਲਾ ਨਾਮ ਬੰਬਾ ਸੋਫੀਆ ਜਿੰਦਨ ਦਲੀਪ ਸਿੰਘ ਸੀ। ਉਨ੍ਹਾਂ ਦਾ ਜਨਮ ਇੰਗਲੈਂਡ ਵਿੱਚ ਹੋਇਆ। ਉਹ ਇੱਕ ਮਤਾਧਿਕਾਰ (Suffragette, ਔਰਤਾਂ ਦੇ ਅਧਿਕਾਰਾਂ ਲਈ ਮੁਹਿੰਮ ਚਲਾਉਣ ਵਾਲੀ) ਸੀ। ਉਹ ਲਾਹੌਰ ਚਲੇ ਗਏ, ਜਿਥੇ ਵਿਆਹ ਤੋਂ ਬਾਅਦ ਨਾਮ ਬਦਲ ਕੇ ਬੰਬਾ ਸਦਰਲੈਂਡ ਰੱਖ ਲਿਆ। ਲਾਹੌਰ ਵਿੱਚ ਉਨ੍ਹਾਂ ਦੀ ਮੌਤ ਹੋ ਗਈ। ਸਿੱਖ ਰਾਜ ਦੀਆਂ ਕਲਾਕ੍ਰਿਤੀਆਂ ਦਾ ਉਨ੍ਹਾਂ ਦ ਸੰਗ੍ਰਹਿ ਲਾਹੌਰ ਕਿਲ੍ਹੇ ਵਿਖੇ ਰਾਜਕੁਮਾਰੀ ਬੰਬਾ ਸੰਗ੍ਰਹਿ (Princess Bamba Collection) ਵਿੱਚ ਪ੍ਰਦਰਸ਼ਿਤ ਹੈ।
- ਰਾਜਕੁਮਾਰੀ ਸੋਫੀਆ ਅਲੈਗਜ਼ੈਂਡਰਾ ਦਲੀਪ ਸਿੰਘ (1876-1948): ਉਹ ਮਹਾਰਾਜਾ ਦਲੀਪ ਸਿੰਘ ਅਤੇ ਬੰਬਾ ਮੂਲਰ ਦੀ ਧੀ ਸੀ। ਉਹ ਇੰਗਲੈਂਡ ਵਿੱਚ ਪੈਦਾ ਹੋਈ ਸੀ ਅਤੇ ਇੱਕ ਪ੍ਰਮੁੱਖ ਮਤਾਧਿਕਾਰ

(Suffragette, ਔਰਤਾਂ ਦੇ ਅਧਿਕਾਰਾਂ ਲਈ ਮੁਹਿੰਮ ਚਲਾਉਣ ਵਾਲੀ) ਸੀ। ਉਨ੍ਹਾਂ ਨੂੰ ਰਾਇਲ ਮੇਲ ਦੁਆਰਾ ਇੱਕ ਡਾਕ ਟਿਕਟ ਨਾਲ ਸਨਮਾਨਿਤ ਕੀਤਾ ਗਿਆ ਹੈ। (ਜੀਬੀ ਸਟੈਂਪਸ, 2018) ਉਨ੍ਹਾਂ ਨੂੰ ਇੰਗਲਿਸ਼ ਹੈਰੀਟੇਜ ਦੁਆਰਾ ਇੱਕ ਮਤਾਧਿਕਾਰ (Suffragette) ਵਜੋਂ ਕੰਮ ਲਈ ਇੱਕ ਨੀਲੀ ਤਖ਼ਤੀ ਨਾਲ ਵੀ ਸਨਮਾਨਿਤ ਕੀਤਾ ਗਿਆ ਹੈ। (ਇੰਗਲਿਸ਼ ਹੈਰੀਟੇਜ, 2023)

ਰਾਜਕੁਮਾਰੀ ਸੋਫੀਆ ਅਲੈਗਜ਼ੈਂਡਰਾ ਦਲੀਪ ਸਿੰਘ (1876-1948)

ਪਾਠ 22

ਧਰਮ ਦਾ ਪਾਲਨ ਕਿਉਂ ਕਰੀਏ?

- "ਸਮਾਜਿਕ ਵਿਗਿਆਨ ਵਿੱਚ ਬੁਨਿਆਦੀ ਸੰਕਲਪ ਤਾਕਤ ਹੈ।" (ਬਰਟਰੈਂਡ ਰਸਲ, 'ਤਾਕਤ: ਇੱਕ ਨਵਾਂ ਸਮਾਜਿਕ ਵਿਸ਼ਲੇਸ਼ਣ', ਪੰਨਾ 26) ਅਸੀਂ ਤਾਕਤ ਬਾਰੇ ਜਾਣਨ ਲਈ ਧਰਮ ਅਤੇ ਸਾਰੇ ਸਮਾਜਿਕ ਵਿਗਿਆਨਾਂ ਦਾ ਅਧਿਐਨ ਕਰਦੇ ਹਾਂ। ਤਾਕਤ ਕਿਸ ਕੋਲ ਹੋਵੇਗੀ? ਉਨ੍ਹਾਂ ਕੋਲ ਤਾਕਤ ਕਿਉਂ ਹੋਵੇਗੀ? ਇਹ ਤਾਕਤ ਕੀ ਰੂਪ ਧਾਰਨ ਕਰੇਗੀ? ਦੁਰਵਰਤੋਂ ਨੂੰ ਰੋਕਣ ਲਈ ਕਿਹੜੇ ਸਮਝੌਤੇ ਹੋਣਗੇ? ਇਹ ਕਦੋਂ ਹੋਵੇਗਾ? ਇਹ ਸਾਰੇ ਸਮਾਜਿਕ ਵਿਗਿਆਨਾਂ ਅਤੇ ਧਰਮ ਲਈ ਬੁਨਿਆਦੀ ਸਵਾਲ ਹਨ।
- ਵਿਗਿਆਨਕ ਅਤੇ ਤਕਨਾਲੋਜੀ ਵਿਕਾਸ, ਵਿਸ਼ਵਵਿਆਪੀ ਸਪਲਾਈ ਚੇਨਾਂ ਵਾਲਾ ਪੂੰਜੀਵਾਦ, ਵਿੱਤੀ ਇੰਜੀਨੀਅਰਿੰਗ, ਅਤੇ ਕੁਦਰਤ ਦਾ ਬਹੁਤ ਜ਼ਿਆਦਾ ਸ਼ੋਸ਼ਣ ਨੇ ਅੱਜ ਸਾਡੇ ਲਈ ਇੱਕ ਸੁਰੱਖਿਅਤ, ਆਰਾਮਦਾਇਕ ਅਤੇ ਇੱਥੋਂ ਤੱਕ ਕਿ ਇੱਕ ਖੁਸ਼ਹਾਲ ਜੀਵਨ ਸ਼ੈਲੀ ਨੂੰ ਸਮਰੱਥ ਬਣਾਇਆ ਹੈ। ਪਰ ਸ਼ਾਸਨ ਮੱਧਯੁਗੀ ਹੈ।
- ਆਧੁਨਿਕ ਜੀਵਨ ਵਿੱਚ ਅਧਿਆਤਮਿਕ (Spiritual), ਆਰਥਿਕ (economic), ਅਤੇ ਰਾਜਨੀਤਿਕ (political) ਸਿੱਖਿਆ ਦੀ ਘਾਟ ਹੈ, ਜਿਸ ਕਾਰਨ ਇੱਕ ਅਧਿਆਤਮਿਕ, ਵਿਚਾਰਧਾਰਕ, ਆਰਥਿਕ ਅਤੇ ਰਾਜਨੀਤਿਕ ਖਲਾਅ (vacuum) ਪੈਦਾ ਹੋ ਜਾਂਦਾ ਹੈ ਜੋ ਬੇਕਾਰ ਵਿਚਾਰਾਂ ਨੂੰ ਖਿਚਦਾ ਹੈ।
- ਅਸੀਂ ਇਸ ਖਾਲੀਪਣ ਨੂੰ ਉਸ ਸਭ ਕੁਝ ਨਾਲ ਭਰ ਦਿੰਦੇ ਹਾਂ ਜੋ ਸੁਵਿਧਾਜਨਕ ਤੌਰ ਤੇ ਉਪਲਬਧ ਹੈ: ਜ਼ੋਰਦਾਰ ਖਾਲੀਪਣ, ਰੌਲੇਦਾਰ ਭਾਵਨਾਵਾਂ, ਨਿਰੰਤਰ ਗੁੱਸਾ, ਬੇਕਾਰ ਗਤੀਵਿਧੀਆਂ, ਵਿਅਰਥ ਸਮਾਜਿਕ ਜੀਵਨ, FOMO (Fear of Missing Out), ਮਾਨਸਿਕ ਬਿਮਾਰੀ, ਅਤੇ ਪੈਸਾ ਅਤੇ ਸਤਾ ਪ੍ਰਾਪਤ ਕਰਨ ਦੀ ਅਸੰਤੁਸ਼ਟ ਇੱਛਾ।
- ਰਾਸ਼ਟਰਵਾਦ (nationalism), ਖਪਤਕਾਰਵਾਦ (consumerism), ਨਾਸਤਿਕਤਾ, ਵੋਕਿਜ਼ਮ, ਘਰੇਲੂ ਤੌਰ ਤੇ ਉੱਗਿਆ ਲਚਕਦਾਰ ਅਧਿਆਤਮਿਕਤਾ (home grown spirituality), ਅਸਪਸ਼ਟ ਤੌਰ ਤੇ ਪਰਿਭਾਸ਼ਿਤ ਮਨੁੱਖਤਾ (vague humanity), ਅਤੇ ਸ਼ਖਸੀਅਤ ਦੀ ਪੂਜਾ ਸਭ ਤੋਂ ਤੇਜ਼ੀ ਨਾਲ ਵਧ ਰਹੇ ਨਵੇਂ ਧਰਮ ਹਨ। ਅਧਿਆਤਮਿਕ, ਆਰਥਿਕ, ਅਤੇ ਰਾਜਨੀਤਿਕ ਸਿੱਖਿਆ ਦੀ ਘਾਟ ਕਾਰਨ ਸਾਡੇ ਜੀਵਨ ਵਿੱਚ ਖਾਲੀਪਣ ਨੂੰ ਭਰਨ ਲਈ ਕੈਂਸਰ ਵਾਂਗ ਫੈਲ ਰਹੇ ਨੇ।
- ਕਿਸੇ ਸੋਚ ਨੂੰ ਲੋਕਾਂ ਵਿੱਚ ਪਰਵਾਨ ਹੋਣ ਲਈ ਪੀੜ੍ਹੀਆਂ ਲਗਾਈਆਂ ਹਨ। ਇਹ ਓਹ ਕਰਦੇ ਹਨ ਜਿਨਾਂ ਦੀ ਬੁੱਧੀ, ਦ੍ਰਿਸ਼ਟੀ, ਅਤੇ ਮਨੁੱਖਤਾ ਸਾਡੇ ਨਾਲੋਂ ਕਿਤੇ ਵੱਧ ਸੀ। ਇੱਕ ਨੈਤਿਕ, ਬੌਧਿਕ, ਅਤੇ ਅਧਿਆਤਮਿਕ ਨੀਂਹ ਵਿਕਸਤ ਕਰਨ ਅਤੇ ਇਸਨੂੰ ਜਨਤਾ ਦੁਆਰਾ ਸਵੀਕਾਰ ਕਰਨ ਲਈ ਅਲੌਕਿਕ ਬੁੱਧੀ ਅਤੇ ਮਿਹਨਤ ਦੀ ਲੋੜ ਹੁੰਦੀ ਹੈ।

- ਜੇ ਅਸੀਂ ਧਰਮ ਨੂੰ ਨਜ਼ਰਅੰਦਾਜ਼ ਕਰਦੇ ਹਾਂ, ਤਾਂ ਇਹ ਇੱਕ ਨੈਤਿਕ ਅਤੇ ਅਧਿਆਤਮਿਕ ਖਲਾਅ (vacuum) ਛੱਡ ਦੇਵੇਗਾ। ਜੇਕਰ ਤੁਸੀਂ ਸੋਚਦੇ ਹੋ ਕਿ ਆਪਣੇ ਧਰਮ ਦਾ ਅਭਿਆਸ ਕਰਨਾ ਪੁਰਾਣਾ ਅਤੇ ਖ਼ਤਰਨਾਕ ਹੈ, ਤਾਂ ਇਸ ਖਲਾਅ (vacuum) ਨੂੰ ਭਰਨ ਵਾਲੀ ਚੀਜ਼ ਹੋਰ ਵੀ ਖਤਰਨਾਕ ਹੋਵੇਗੀ।
- ਚੰਗੀਆਂ ਧਾਰਮਿਕ ਕਦਰਾਂ-ਕੀਮਤਾਂ ਵਿਅਕਤੀ ਅਤੇ ਸੱਭਿਆਚਾਰ ਨੂੰ ਨਿਖਾਰਦੀਆਂ ਹਨ।
- ਧਰਮ ਮਨੁੱਖੀ ਮਨੋਵਿਗਿਆਨ (human psychology) ਨੂੰ ਬਿਹਤਰ ਬਣਾਉਂਦਾ ਹੈ। ਇਸ ਮਾਰਗਦਰਸ਼ਕ ਸ਼ਕਤੀ ਤੋਂ ਬਿਨਾਂ, ਲੋਕ ਦੁੱਖ ਝੱਲਦੇ ਹਨ। ਉਨ੍ਹਾਂ ਦਾ ਮਨ ਅਸਪਸ਼ਟ ਖਿਆਲਾਂ ਨਾਲ ਭਰਿਆ ਰਹਿੰਦਾ ਹੈ। ਉਨ੍ਹਾਂ ਨੂੰ ਵਧੇਰਾ ਤਣਾਅ ਹੁੰਦਾ ਹੈ। ਉਹ ਨਹੀਂ ਜਾਣਦੇ ਕਿ ਦੁਨੀਆਂ ਨੂੰ ਕਿਵੇਂ ਸਮਝਣਾ ਹੈ। ਉਨ੍ਹਾਂ ਦੇ ਫੈਸਲੇ ਅਤੇ ਕਾਰਜ ਮਨਮਾਨੀ ਵਾਲੇ ਹੁੰਦੇ ਹਨ। ਧਰਮ ਮਨ ਨੂੰ ਮਜ਼ਬੂਤ ਕਰਦਾ ਹੈ ਅਤੇ ਲੋਕਾਂ ਨੂੰ ਸਦੀਵੀ ਅਨੰਦ, ਮਾਨਸਿਕ ਅਤੇ ਭਾਵਨਾਤਮਕ ਤਾਕਤ ਅਤੇ ਜੀਵਨ ਪ੍ਰਤੀ ਇੱਕ ਤਰਕਸ਼ੀਲ ਪਹੁੰਚ ਪ੍ਰਾਪਤ ਕਰਨ ਵਿੱਚ ਸਹਾਇਤਾ ਕਰਦਾ ਹੈ।
- ਧਰਮ ਤੋਂ ਬਿਨਾਂ, ਸਾਡੀ ਦੁਨੀਆਂ ਨੂੰ ਸਮਝਣ ਲਈ ਪ੍ਰੋਸੈਸਰ ਮੌਜੂਦ ਨਹੀਂ ਹੈ। ਅਸੀਂ ਅੰਦਰੋਂ ਖਾਲੀ ਹਾਂ। (Empty Inside)
- ਧਰਮ ਸਾਨੂੰ ਪਿਆਰ ਅਤੇ ਬੁੱਧੀ ਨਾਲ ਵਧੀਆ ਬਣਨ ਲਈ ਸ਼ਕਤੀ ਪ੍ਰਦਾਨ ਕਰਦਾ ਹੈ। ਇਹ ਸਾਨੂੰ ਸਾਡੀ ਪਿਹਚਾਨ ਦੇਂਦਾ ਹੈ। ਇਹ ਸਾਡੀਆਂ ਅਧਿਆਤਮਿਕ ਜ਼ਰੂਰਤਾਂ ਨੂੰ ਪੂਰਾ ਕਰਦਾ ਹੈ। ਇਹ ਸਾਨੂੰ ਲੱਖਾਂ ਲੋਕਾਂ ਦੇ ਭਾਈਚਾਰੇ ਦਾ ਹਿੱਸਾ ਬਣਾਉਂਦਾ ਹੈ ਜੋ ਸਾਨੂੰ ਇਕਜੁੱਟ ਕਰਦਾ ਹੈ ਅਤੇ ਸਾਨੂੰ ਤਾਕਤ ਦਿੰਦਾ ਹੈ। ਇਹ ਸਾਨੂੰ ਖੁਸ਼ਹਾਲੀ ਅਤੇ ਮਹਾਨਤਾ ਵੱਲ ਲੈ ਜਾਂਦਾ ਹੈ।

ਧਰਮ ਸਾਨੂੰ ਖੁਸ਼ਹਾਲੀ ਅਤੇ ਮਹਾਨਤਾ ਵੱਲ ਲੈ ਜਾਣ ਲਈ ਮਾਰਗਦਰਸ਼ਨ ਕਰਦਾ ਹੈ।

ਪਾਠ 23

ਸਿੱਖ ਧਰਮ ਬਾਰੇ 12 ਵਿਲੱਖਣ ਗੱਲਾਂ

1. ਲਿਖਤੀ ਰੂਪ ਵਿੱਚ ਪਰਿਭਾਸ਼ਿਤ (well-defined): ਸਿੱਖਾਂ ਦੇ ਮੁੱਖ ਸਿਧਾਂਤ ਗੁਰੂਆਂ ਵਲੋਂ ਪਰਿਭਾਸ਼ਿਤ ਅਤੇ ਲਿਖਤੀ ਰੂਪ ਵਿੱਚ ਦਰਜ ਹਨ। ਇਸ ਦੀਆਂ ਕੋਈ ਅਸਪਸ਼ਟ ਵਿਆਖਿਆਵਾਂ ਨਹੀਂ ਹਨ। ਕਈ ਹੋਰ ਧਰਮਾਂ ਵਿੱਚ ਉਹਨਾਂ ਦੇ ਪੈਗੰਬਰ ਦੇ ਜਾਨ ਤੋਂ ਬਾਦ ਉਹਨਾਂ ਦੇ ਪੈਰੋਕਾਰਾਂ ਨੇ ਵਿਆਖਿਆ ਕੀਤੀ ਤੇ ਗ੍ਰੰਥ ਲਿਖੇ।
2. ਅਧਿਆਤਮਿਕ ਤਾਕਤ (Spiritual Authority): ਸਿੱਖ ਧਰਮ ਅਧਿਆਤਮਿਕ (spiritual) ਸਵਾਲਾਂ ਦੇ ਸਰਲ ਜਵਾਬ ਪ੍ਰਦਾਨ ਕਰਦਾ ਹੈ ਜਿਵੇਂ ਕਿ ਅਸੀਂ ਕੌਣ ਹਾਂ, ਜੀਵਨ ਵਿੱਚ ਸਾਡਾ ਉਦੇਸ਼ ਕੀ ਹੈ, ਪਰਮਾਤਮਾ ਕੀ ਹੈ, ਅਤੇ ਬੁਰਾਈ ਕੀ ਹੈ ਆਦਿ।
3. ਲੋਕਾਂ ਦੇ ਵਿਚਾਰਾਂ ਕਾਰਨ ਕੋਈ ਵਿਤਕਰਾ ਨਹੀਂ: ਇਸ ਗੱਲ ਦਾ ਕੋਈ ਇਤਿਹਾਸਕ ਸਬੂਤ ਨਹੀਂ ਹੈ ਕਿ ਸਿੱਖਾਂ ਨੇ ਕਿਸੇ ਦੇ ਵਿਚਾਰਾਂ ਲਈ ਕਿਸੇ ਨਾਲ ਵਿਤਕਰਾ ਕੀਤਾ ਹੋਵੇ ਜਾਂ ਦਮਨ ਕੀਤਾ ਹੋਵੇ। ਸਿਖਾਂ ਨੇ ਕਦੇ ਵੀ ਕਿਸੇ ਨੂੰ ਆਪਣਾ ਧਰਮ ਬਦਲਣ ਲਈ ਮਜਬੂਰ ਨਹੀਂ ਕੀਤਾ। ਸਿੱਖਾਂ ਵਿੱਚ ਕੱਟੜਤਾ ਨਾ-ਮਾਤਰ ਹੈ। ਸਿੱਖ ਸਾਰਿਆਂ ਲਈ ਬਰਾਬਰੀ ਕਰਦੇ ਹਨ।
4. ਇਨਕਲਾਬੀ: ਸਿੱਖ ਫਲਸਫ਼ੇ ਨੇ ਪਿਛਲੀਆਂ ਸਾਰੀਆਂ ਵਿਚਾਰਧਾਰਾਵਾਂ ਨੂੰ ਰੱਦ ਕਰ ਦਿੱਤਾ ਅਤੇ ਇੱਕ ਬਿਲਕੁਲ ਨਵਾਂ ਦ੍ਰਿਸ਼ਟੀਕੋਣ ਦਿੱਤਾ। ਗੁਰੂ ਨਾਨਕ ਨੇ ਮੌਜੂਦਾ ਵਿਚਾਰਧਾਰਾਵਾਂ ਨੂੰ ਸੁਧਾਰਨਾ ਵਿਅਰਥ ਸਮਝਿਆ ਅਤੇ ਉਨ੍ਹਾਂ ਸਾਰਿਆਂ ਨੂੰ ਰੱਦ ਕਰ ਦਿੱਤਾ।
5. ਸਾਰੀਆਂ ਸਿੱਖ ਕਦਰਾਂ-ਕੀਮਤਾਂ ਕਵਿਤਾਵਾਂ ਵਿੱਚ ਲਿਖੀਆਂ ਗਈਆਂ ਹਨ। ਪੜਕੇ ਆਨੰਦ ਆਉਂਦਾ ਹੈ ਜੋ ਦਿਲ ਨੂੰ ਲਗਦੀਆਂ ਹਨ। ਇਹਨਾਂ ਨੂੰ ਸੰਗੀਤ ਨਾਲ ਗਾਇਆ ਜਾ ਸਕਦਾ ਹੈ।
6. ਸਵਰਗ (ਜਾਂ ਨਰਕ) ਧਰਤੀ ਉੱਤੇ ਹੈ। ਪਰਲੋਕ ਵਿੱਚ ਕੋਈ ਸਵਰਗ (ਜਾਂ ਨਰਕ) ਨਹੀਂ ਹੈ। 'ਉੱਪਰ' ਕੁਝ ਵੀ ਨਹੀਂ ਹੈ।
7. ਔਰਤਾਂ ਦੇ ਹੱਕ: 500 ਸਾਲ ਪਹਿਲਾਂ ਔਰਤਾਂ ਨੂੰ ਬਰਾਬਰ ਅਧਿਕਾਰ ਅਤੇ ਬਰਾਬਰ ਰੁਤਬਾ ਦਿੱਤਾ ਗਿਆ ਸੀ।
8. ਧਰਮ ਅਤੇ ਰਾਜਨੀਤੀ ਦੀ ਏਕਤਾ: ਧਰਮਿਕ ਲੋਕਾਂ ਦਾ ਫਰਜ਼ ਬਣਦਾ ਹੈ ਕਿ ਉਹ ਰਾਜਨੀਤੀ ਨੂੰ ਸੇਧ ਦੇਣ ਅਤੇ ਇਸਨੂੰ ਸੀਮਤ ਕਰਨ। ਰਾਜਨੀਤੀ ਅਤੇ ਨੇਤਾ ਨੂੰ ਧਾਰਮਿਕ ਸੰਸਥਾਵਾਂ ਦੇ ਅਧੀਨ ਹੋਣਾ ਚਾਹੀਦਾ ਹੈ। ਰਾਜਨੀਤਿਕ ਸੰਸਥਾਵਾਂ ਦੀ ਬਜਾਏ ਧਾਰਮਿਕ ਸੰਸਥਾਵਾਂ ਸਭ ਤੋਂ ਉੱਚ ਅਧਿਕਾਰੀ ਹਨ।
9. ਕਿਸੇ ਵੀ ਵਸਤੂ ਜਾਂ ਸ਼ਖਸੀਅਤ ਦੀ ਪੂਜਾ ਨਹੀਂ। ਇੱਥੇ ਕੋਈ ਮੂਰਤੀ ਪੂਜਾ ਜਾਂ ਕਿਸੇ ਵੀ ਵਸਤੂ ਦੀ ਪੂਜਾ ਜਾਂ ਸ਼ਖਸੀਅਤ ਦੀ ਪੂਜਾ ਨਹੀਂ ਹੈ।

10. ਹਥਿਆਰ ਰੱਖਣ ਦਾ ਅਧਿਕਾਰ ਅਤੇ ਹਿੰਸਾ ਦੀ ਜਾਇਜ਼ ਵਰਤੋਂ: ਲੰਬੇ ਸਮੇਂ ਤੋਂ ਚੱਲ ਰਹੀ ਬੇਇਨਸਾਫ਼ੀ ਅਤੇ ਜ਼ੁਲਮ ਵਿਰੁੱਧ ਹਿੰਸਾ ਦੀ ਦੀ ਜਾਇਜ਼ ਵਰਤੋਂ ਉਦੋਂ ਵੀ ਹੁੰਦੀ ਹੈ ਜਦੋਂ ਹੋਰ ਸਾਧਨ ਅਸਫਲ ਹੋ ਜਾਂਦੇ ਹਨ। ਇਹ ਵੀ ਧਿਆਨ ਦੇਣ ਯੋਗ ਹੈ ਕਿ ਸਿੱਖ ਕਦੇ ਵੀ ਸ਼ਾਂਤੀ ਲਈ ਖ਼ਤਰਾ ਨਹੀਂ ਰਹੇ। ਹਿੰਸਾ ਦੀ ਵਰਤੋਂ ਦੂਜਿਆਂ ਤੇ ਦਬਾਅ ਪਾਉਣ ਅਤੇ ਉਨ੍ਹਾਂ ਦੀ ਜਾਇਦਾਦ ਜਾਂ ਆਜ਼ਾਦੀ ਨੂੰ ਜ਼ਬਤ ਕਰਨ ਲਈ ਕੀਤੀ ਗਈ ਹੋਣ ਦਾ ਕੋਈ ਇਤਿਹਾਸਕ ਸਬੂਤ ਨਹੀਂ ਹੈ। ਸਿੱਖ ਇਤਿਹਾਸ ਵਿੱਚ ਹਿੰਸਾ ਦੀ ਜਾਇਜ਼ ਵਰਤੋਂ ਦੇ ਸਾਰੇ ਅਨਿਆਂ ਅਤੇ ਜ਼ੁਲਮ ਵਿਰੁੱਧ ਲੜਾਈ ਵਿੱਚ ਰਹੇ ਹਨ ਜਦੋਂ ਕਿ ਹੋਰ ਸਾਰੇ ਸਾਧਨ ਅਸਫਲ ਹੋ ਗਏ ਹਨ। ਉਹ ਇਹ ਨਹੀਂ ਮੰਨਦੇ ਕਿ ਹਿੰਸਾ ਦਾ ਏਕਾਧਿਕਾਰ (monopoly) ਸਿਰਫ਼ ਰਾਜ ਕੋਲ ਹੈ।

11. ਨਿੱਜੀ ਪ੍ਰਭੂਸੱਤਾ: ਇੱਕ ਪ੍ਰਭੂਸੱਤਾ ਸੰਪੰਨ ਰਾਜ ਨੂੰ ਇੱਕ ਪ੍ਰਭੂਸੱਤਾ ਸੰਪੰਨ ਵਿਅਕਤੀ ਦੇ ਜੀਵਨ ਵਿੱਚ ਦਖਲ ਨਹੀਂ ਦੇਣਾ ਚਾਹੀਦਾ। ਸਿੱਖ ਗੈਰ-ਹਮਲਾਵਰ ਸਿਧਾਂਤ (Non-aggression Principle, NAP), ਗੈਰ-ਜ਼ਬਰਦਸਤੀ (non-coercion), ਅਤੇ ਜਾਇਦਾਦ ਦੇ ਅਧਿਕਾਰਾਂ (property rights) ਦੇ ਸਤਿਕਾਰ ਵਿੱਚ ਵਿਸ਼ਵਾਸ ਰੱਖਦੇ ਹਨ।

12. ਬਹੁ-ਪਰਤੀ ਅਤੇ ਬਹੁ-ਆਯਾਮੀ (Multilayered and multi-dimensional): ਜਿੰਨਾ ਡੂੰਘਾਈ ਨਾਲ ਤੁਸੀਂ ਦੇਖੋਗੇ, ਓਨਾ ਹੀ ਜ਼ਿਆਦਾ ਮਿਲੇਗਾ। ਜਿੰਨਾ ਜ਼ਿਆਦਾ ਤੁਸੀਂ ਦੇਖੋਗੇ, ਤੁਹਾਨੂੰ ਸਿੱਖਿਆਵਾਂ ਦੇ ਨਵੇਂ ਪਹਿਲੂਆਂ ਦਾ ਅਹਿਸਾਸ ਹੋਵੇਗਾ। ਇਹ ਸਤਹੀ (superficial) ਫਲਸਫਾ ਨਹੀਂ ਹੈ। ਇਹ ਇੱਕ ਪਰਖਿਆ ਅਤੇ ਪ੍ਰਮਾਣਿਤ ਫਲਸਫ਼ਾ ਹੈ ਜੋ ਦੁਨੀਆ ਭਰ ਦੇ 5 ਕਰੋੜ ਸਿੱਖਾਂ ਦੇ ਜੀਵਨ ਨੂੰ ਸੇਧ ਦਿੰਦਾ ਹੈ। ਇਹ ਨਵੇਂ ਜਮਾਨੇ ਦਾ ਥੋਪਿਆ ਹੋਇਆ ਤੇ ਸਰਕਾਰ ਦੁਆਰਾ ਸਮਰਥਤ ਕਬਾੜ ਫਲਸਫਾ ਨਹੀਂ ਹੈ।

ਪਾਠ 24

ਏਕ ਓਂਕਾਰ: ਰਬ ਇੱਕ ਹੈ ਅਤੇ ਹਰ ਚੀਜ਼ ਨਾਲ ਏਕਤਾ

- ਰਬ - ਹਰ ਚੀਜ਼ ਦਾ ਸਿਰਜਣਹਾਰ - ਅਤੇ ਉਸਦੀ ਹਰ ਰਚਨਾ ਇੱਕ ਹੈ। (Dr. Karminder Singh Dhillon, 2024)

ਏਕ ਰੂਪ ਸਗਲੋ ਪਾਸਾਰਾ ॥ (ਅੰਗ 803)

ਤੋਹੀ ਮੋਹੀ ਮੋਹੀ ਤੋਹੀ ਅੰਤਰੁ ਕੈਸਾ ॥ ਕਨਕ ਕਟਿਕ ਜਲ ਤਰੰਗ ਜੈਸਾ ॥ (ਅੰਗ 93)

- ਸਿੱਖ ਇੱਕ ਪਰਮਾਤਮਾ (Monotheism) ਵਿੱਚ ਵਿਸ਼ਵਾਸ ਰੱਖਦੇ ਹਨ।
- ਇਹ ਦੋਵੇਂ ਸੰਕਲਪ 'ਏਕ ਓਂ ਕਰ' (ੴ) ਦੇ ਚਿੰਨ੍ਹ ਵਿੱਚ ਸਮਾਏ ਹੋਏ ਹਨ। ਇਹ ਇੱਕ ਪਰਮਾਤਮਾ ਅਤੇ ਉਸਦੀਆਂ ਰਚਨਾਵਾਂ ਨਾਲੀ ਏਕਤਾ ਨੂੰ ਦਰਸਾਉਂਦਾ ਹੈ। (Dr Karminder Singh Dhillon, 2020)
- ਜਦੋਂ ਅਸੀਂ ਪਰਮਾਤਮਾ ਅਤੇ ਉਸਦੀਆਂ ਸਾਰੀਆਂ ਰਚਨਾਵਾਂ ਨਾਲ ਆਪਣੀ ਏਕਤਾ ਦਾ ਅਹਿਸਾਸ ਕਰਦੇ ਹਾਂ, ਤਾਂ ਸਾਨੂੰ ਆਪਣੇ ਬ੍ਰਹਮ ਗੁਣਾਂ ਅਤੇ ਕਿਸਮਤ ਦਾ ਅਹਿਸਾਸ ਹੁੰਦਾ ਹੈ। ਅਸੀਂ ਚੰਗਾ ਕਰ ਸਕਦੇ ਹਾਂ। ਅਸੀਂ ਵੱਡੇ ਕੰਮ ਕਰ ਸਕਦੇ ਹਾਂ।
- ਸਿੱਖਾਂ ਦਾ ਬ੍ਰਹਿਮੰਡ ਦੀ ਅਨੰਤਤਾ ਨਾਲ ਨਿੱਜੀ ਸਬੰਧ ਹੈ, ਜੋ ਉਹਨਾਂ ਨੂੰ ਇਸਦੀ ਪਰਵਾਹ ਕਰਨ ਲਈ ਮਜਬੂਰ ਕਰਦਾ ਹੈ।
- ਇਹ 'ਇੱਕ ਈਸ਼ਵਰਵਾਦ' (Monotheism) ਤੋਂ ਪਰੇ ਇੱਕ ਕਦਮ ਹੈ। ਸਿੱਖ ਧਰਮ ਦੇ ਬਹੁਤ ਸਾਰੇ ਪਹਿਲੂ ਪਰਮਾਤਮਾ ਅਤੇ ਉਸਦੀਆਂ ਸਾਰੀਆਂ ਰਚਨਾਵਾਂ ਦੀ ਇਸ ਏਕਤਾ ਤੋਂ ਉਭਰੇ ਹਨ।

ਪਾਠ 25

ਜ਼ਿੰਦਗੀ ਦਾ ਮਕਸਦ

- ਜ਼ਿੰਦਗੀ ਦਾ ਮਕਸਦ 'ਸਰਬੱਤ ਦਾ ਭਲਾ' ਹੈ। ਜ਼ਿੰਦਗੀ ਦਾ ਮਕਸਦ ਸਾਰਿਆਂ ਦੀ ਖੁਸ਼ਹਾਲੀ ਲਈ ਕੰਮ ਕਰਨਾ ਹੈ।

ਨਾਨਕ ਨਾਮ ਚੜ੍ਹਦੀ ਕਲਾ, ਤੇਰੇ ਭਾਣੇ ਸਰਬੱਤ ਦਾ ਭਲਾ ॥

ਵਿਚਿ ਦੁਨੀਆ ਸੇਵ ਕਮਾਈਐ ॥ (ਅੰਗ 26)

- ਜ਼ਿੰਦਗੀ ਦਾ ਮਕਸਦ ਆਪਣੇ ਫਰਜ਼ (duty) ਪੂਰੇ ਕਰਨਾ ਹੈ।
- ਜ਼ਿੰਦਗੀ ਨਿੱਜੀ ਮੁਕਤੀ (personal salvation) ਦੀ ਬਜਾਏ ਸਰਵ ਵਿਆਪਕ (universal salvation) ਮੁਕਤੀ ਬਾਰੇ ਹੈ।
- ਜ਼ਿੰਦਗੀ ਦਾ ਮਕਸਦ ਉਨ੍ਹਾਂ ਲੋੜਵੰਦਾਂ ਦੀ ਮਦਦ ਕਰਨਾ ਹੈ ਜੋ ਆਪਣੀ ਮਦਦ ਨਹੀਂ ਕਰ ਸਕਦੇ। ਗੁਰੂ ਨਾਨਕ ਨੇ ਲਿਖਿਆ:

ਨੀਚਾ ਅੰਦਰਿ ਨੀਚ ਜਾਤਿ ਨੀਚੀ ਹੂ ਅਤਿ ਨੀਚੁ ॥ ਜਿਥੈ ਨੀਚ ਸਮਾਲੀਅਨਿ ਤਿਥੈ ਨਦਰਿ ਤੇਰੀ ਬਖਸੀਸ ॥ (ਅੰਗ 15)

- ਜ਼ਿੰਦਗੀ ਦਾ ਮਕਸਦ ਦੂਜਿਆਂ ਦੀ ਸਮਝਦਾਰੀ ਨਾਲ ਸੇਵਾ ਕਰਨਾ ਹੈ। ਆਪਣੇ ਪਰਿਵਾਰ, ਭਾਈਚਾਰੇ, ਅਤੇ ਲੋਕਾਂ ਦੀ ਸੇਵਾ ਕਰੋ। ਲੋਕਾਂ, ਕੁਦਰਤੀ ਸੰਸਾਰ, ਅਤੇ ਸੱਭਿਅਤਾ ਦੀਆਂ ਕਦਰਾਂ-ਕੀਮਤਾਂ (cultural conservative) ਦੀ ਰੱਖਿਆ ਕਰੋ।
- ਦੂਜਿਆਂ ਦੀ ਸੇਵਾ ਕਰਨ ਦਾ ਮਤਲਬ ਭਲਾਈ ਰਾਜ (welfare state), ਜਾਂ ਸਰਕਾਰੀ ਮਦਦ, ਜਾਂ ਕਿਸੇ ਵੀ ਰੂਪ ਵਿੱਚ ਸਮਾਜਵਾਦ (socialism) ਨਹੀਂ ਹੈ। ਭਲਾਈ ਰਾਜ ਇੱਕ ਅਕੁਸ਼ਲ ਮਾਡਲ ਹੈ ਜੋ ਰਾਜ ਦੀ ਹਿੰਸਾ ਦੀ ਵਰਤੋਂ ਨਾਲ ਉਤਪਾਦਕ ਲੋਕਾਂ ਤੋਂ ਚੋਰੀ ਕਰਦਾ ਹੈ। ਸਿੱਖ ਧਰਮ ਭਲਾਈ ਰਾਜ (welfare state), ਸਮਾਜਵਾਦ (socialism), ਤੇ ਸਰਕਾਰੀ ਮਦਦ ਨੂੰ ਮਨਜ਼ੂਰੀ ਨਹੀਂ ਦਿੰਦਾ। ਗੁਰਦੁਆਰੇ ਦੇ ਆਲੇ-ਦੁਆਲੇ ਨਿੱਜੀ (private), ਸਵੈ-ਇੱਛਤ (voluntary), ਗੈਰ-ਸਰਕਾਰੀ (non-governmental), ਦਾਨ-ਅਧਾਰਤ (donation based) ਸਮਾਜਿਕ ਸੁਰੱਖਿਆ ਮਾਡਲ ਹੈ।

ਗੁਰਦੁਆਰਾ ਅਤੇ ਇਸਦੀ ਸਮਾਜਿਕ ਸੁਰੱਖਿਆ ਨਾ ਤਾਂ ਦਾਨ ਹੈ, ਨਾ ਹੀ ਭਲਾਈ ਰਾਜ। ਮੁੱਖ ਗੱਲ ਇਹ ਹੈ ਕਿ ਕੋਈ ਸਰਕਾਰੀ ਸ਼ਮੂਲੀਅਤ ਨਹੀਂ ਹੈ।

- ਦੂਜਿਆਂ ਦੀ ਸੇਵਾ ਕਰਨ ਦਾ ਮਤਲਬ ਇਹ ਨਹੀਂ ਹੈ ਕਿ ਲੋਕਾਂ ਤੇ ਪੈਸੇ ਸੁੱਟ ਕੇ ਉਨ੍ਹਾਂ ਨੂੰ ਚੰਗਾ ਮਹਿਸੂਸ ਕਰਵਾਇਆ ਜਾਵੇ ਜਾਂ ਕਿਸੇ ਦੀ ਫੀਸ ਬੇਤਰਤੀਬੇ ਨਾਲ ਅਦਾ ਕੀਤੀ ਜਾਵੇ ਜਾਂ ਮੁਫ਼ਤ ਕੱਪੜੇ ਵੰਡੇ ਜਾਣ ਜਾਂ ਮੁਫ਼ਤ ਭੋਜਨ ਦਿੱਤਾ ਜਾਵੇ ਜਾਂ ਵੱਡੀਆਂ ਇਮਾਰਤਾਂ ਉਸਾਰੀਆਂ ਜਾਣ ਜਾਂ ਸੰਸਥਾਵਾਂ ਨੂੰ ਸਪਾਂਸਰ ਕੀਤਾ ਜਾਵੇ। ਇਹ ਸਿਰਫ਼ ਸਾਨੂੰ ਖੁਸ਼ੀ ਦੇਂਦਾ ਹੈ, ਕੋਈ ਫਾਇਦਾ ਨਹੀਂ ਕਰਦਾ।
- ਜ਼ਿੰਦਗੀ ਆਪਣੇ ਲਈ ਇੱਕ ਆਸਾਨ ਖਪਤਕਾਰੀ (consumerism) ਜੀਵਨ ਜਿਊਣ ਜਾਂ ਆਪਣੀਆਂ ਜ਼ਿੰਮੇਵਾਰੀਆਂ ਤੋਂ ਭੱਜ ਕੇ ਉਜਾੜ ਵਿੱਚ ਭੱਜਣ ਜਾਂ ਕਿਸੇ ਗੁਫਾ ਵਿੱਚ ਧਿਆਨ ਕਰਨ ਜਾਂ ਇਕੱਲਤਾ ਵਿੱਚ ਰਹਿਣਾ ਨਹੀਂ ਹੈ।
- ਆਪਣੇ ਭਾਈਚਾਰੇ ਵਿੱਚ ਰੋਜ਼ਾਨਾ ਪਰਿਵਾਰਕ ਜੀਵਨ ਦਾ ਆਨੰਦ ਮਾਣਦੇ ਹੋਏ ਦੂਜਿਆਂ ਦੀ ਸੇਵਾ ਕਰੋ।

ਜ਼ਿੰਦਗੀ ਦਾ ਮਕਸਦ ਦੂਜਿਆਂ ਦੀ ਸਮਝਦਾਰੀ ਨਾਲ ਸੇਵਾ ਕਰਨਾ ਹੈ।
ਜ਼ਿੰਦਗੀ ਦਾ ਮਕਸਦ ਆਪਨੇ ਫਰਜ਼ (duty) ਪੂਰੇ ਕਰਨਾ ਹੈ।

ਪਾਠ 26

ਸਰਬੱਤ ਖਾਲਸਾ

- ਸਰਬੱਤ ਖ਼ਾਲਸਾ ਸਿੱਖਾਂ ਦਾ ਫੈਸਲੇ ਲੈਣ ਦਾ ਮਾਡਲ ਹੈ।
- ਲੋਕਤੰਤਰ ਨਾਲੋਂ ਮੁੱਖ ਅੰਤਰ ਇਹ ਹੈ ਕਿ ਕਿਸੇ ਮਨੁੱਖ ਨੂੰ ਉਸਦੀ ਸ਼ਖਸੀਅਤ ਦੇ ਆਧਾਰ ਤੇ ਵੋਟ ਦੇਣ ਦੀ ਬਜਾਏ, ਮੁਦੇ ਤੇ ਫੈਸਲੇ ਲਏ।
- ਕੋਈ ਵੀ ਸਿੱਖ ਸਰਬੱਤ ਖਾਲਸਾ ਬੁਲਾ ਸਕਦਾ ਹੈ। ਕਿਸੇ ਵੀ ਸੰਸਥਾ ਤੋਂ ਪ੍ਰਵਾਨਗੀ ਦੀ ਲੋੜ ਨਹੀਂ ਹੈ। ਵਿਚਾਰੇ ਜਾਣ ਵਾਲੇ ਮੁੱਦਿਆਂ ਦਾ ਐਲਾਨ ਵੀ ਕੀਤਾ ਜਾਂਦਾ ਹੈ ਜਿਵੇਂ ਕਿ ਸਾਲਾਨਾ ਹੜ੍ਹਾਂ ਬਾਰੇ ਕੀ ਕਰਨਾ ਹੈ।
- ਲੋਕ ਨਿਰਧਾਰਤ ਸਥਾਨ ਅਤੇ ਸਮੇਂ ਤੇ ਇਕੱਠੇ ਹੁੰਦੇ ਹਨ। ਮੁੱਦਿਆਂ ਤੇ ਚਰਚਾ ਅਤੇ ਬਹਿਸ ਹੁੰਦੀ ਹੈ। ਜ਼ਿਆਦਾਤਰ ਭਾਗੀਦਾਰ ਹਥਿਆਰਬੰਦ ਹੁੰਦੇ ਹਨ। ਸਾਰੀਆਂ ਚਰਚਾਵਾਂ ਅਤੇ ਫੈਸਲੇ ਬੰਦ ਦਰਵਾਜ਼ਿਆਂ ਪਿੱਛੇ ਦੀ ਬਜਾਏ ਖੁੱਲ੍ਹੇ ਵਿੱਚ ਲਏ ਜਾਂਦੇ ਹਨ।
- ਸਹਿਮਤੀ (consensus) ਹੋਣ ਤੱਕ ਬਹਿਸ ਅਤੇ ਚਰਚਾ ਚਲਦੀ ਹੈ।
- ਸਹਿਮਤੀ ਬਣਨ ਤੋਂ ਬਾਅਦ, ਲੋਕ ਉਨ੍ਹਾਂ ਫੈਸਲਿਆਂ ਨੂੰ ਲਾਗੂ ਕਰਨ ਲਈ ਲਗਭਗ ਪੰਜ ਲੋਕਾਂ ਨੂੰ ਚੁਨਦੇ ਹਨ। ਕਈ ਮੁੱਦਿਆਂ ਲਈ ਚੁਣੇ ਗਏ ਪੰਜ ਲੋਕਾਂ ਦੇ ਕਈ ਸਮੂਹ ਹੋ ਸਕਦੇ ਹਨ।
- ਇਸਦਾ ਫਾਇਦਾ ਹੈ:
    - ਸਿਰਫ਼ ਉਹੀ ਲੋਕ ਹਿਸਾ ਲੈਂਦੇ ਹਨ ਜੋ ਸਿੱਧੇ ਤੌਰ ਤੇ ਮੁਦੇ ਤੋਂ ਪ੍ਰਭਾਵਿਤ ਹਨ। ਇਹ ਲੋਕਤੰਤਰ ਦੇ ਉਲਟ ਹੈ ਜਿਥੇ ਲੋਕ ਮੁਦੇ ਤੇ ਫੈਸਲੇ ਦੀ ਬਜਾਏ ਸ਼ਕਸ਼ੀਅਤ ਨੂੰ ਚੁਣ ਦੇ ਹਨ।
    - ਇਹ ਪਾਰਟੀ ਅਤੇ ਸ਼ਖਸੀਅਤ-ਅਧਾਰਤ ਲੋਕਤੰਤਰ ਦੀ ਬਜਾਏ ਮੁੱਦਿਆਂ-ਅਧਾਰਤ ਲੋਕਤੰਤਰ ਹੈ।
    - ਇੱਕ ਅਸੀਮਤ ਸ਼ਕਤੀ ਵਾਲੇ ਪ੍ਰਤੀਨਿਧੀ ਦੀ ਬਜਾਏ, ਲਗਭਗ ਪੰਜ ਲੋਕਾਂ ਦੇ ਕਈ ਸਮੂਹਾਂ ਨੂੰ ਕਈ ਕੰਮਾਂ ਲਈ ਚੁਣਿਆ ਜਾਂਦਾ ਹੈ।
    - ਅਗਲੇ ਸਰਬੱਤ ਖਾਲਸਾ ਵਿੱਚ ਨੁਮਾਇੰਦਿਆਂ ਨੂੰ ਵਾਪਸ ਬੁਲਾਇਆ ਜਾ ਸਕਦਾ ਹੈ। ਇਸਦੀ ਤੁਲਨਾ ਆਧੁਨਿਕ ਪ੍ਰਤੀਨਿਧੀ ਲੋਕਤੰਤਰ (representative democracy) ਨਾਲ ਕਰੋ ਜਿਸ ਵਿੱਚ 4-5 ਸਾਲਾਂ ਤੱਕ ਕਿਸੇ ਨੂੰ ਵਾਪਸ ਨਹੀਂ ਬੁਲਾਇਆ ਜਾ ਸਕਦਾ।
- ਵੱਡੇ ਮੁੱਦੇ ਜਿਨ੍ਹਾਂ ਨੇ ਆਬਾਦੀ ਦੇ ਵੱਡੇ ਹਿੱਸੇ ਨੂੰ ਪ੍ਰਭਾਵਿਤ ਕਰਨਾ ਹੈ, ਉਨ੍ਹਾਂ ਨੂੰ ਅਕਾਲ ਤਖ਼ਤ ਤੇ ਸਰਬੱਤ ਖਾਲਸਾ ਵਿੱਚ ਕੀਤਾ ਜਾਂਦਾ ਹੈ।

- ਵੱਡੇ ਮੁੱਦਿਆਂ ਲਈ ਫੈਸਲੇ ਪ੍ਰਸ਼ਾਸਕਾਂ ਦੁਆਰਾ ਲਏ ਜਾਂਦੇ ਸਨ ਜਿਨ੍ਹਾਂ ਬਾਰੇ ਆਮ ਲੋਕਾਂ ਨੂੰ ਜਾਣਕਾਰੀ ਨਹੀਂ ਹੁੰਦੀ। ਜਿਵੇਂ ਕਿ ਵਿਦੇਸ਼ੀ ਸੰਬੰਧ, ਸਰਹੱਦ ਤੇ ਅਤੇ ਗੁਆਂਢੀ ਖੇਤਰ ਵਿੱਚ ਵਿਕਾਸ ਨਾਲ ਕਿਵੇਂ ਨਜਿੱਠਣਾ ਹੈ, ਜਾਂ ਪ੍ਰਦੂਸ਼ਣ ਦੇ ਮਾਪਦੰਡ।
- ਸਿੱਖ ਇਤਿਹਾਸ ਅਤੇ ਮੌਜੂਦਾ ਸਮੇਂ ਵਿੱਚ ਸਰਬੱਤ ਖਾਲਸਾ ਬੁਲਾਏ ਜਾਣ ਅਤੇ ਸਬੰਧਤ ਅਤੇ ਪ੍ਰਭਾਵਿਤ ਨਾਗਰਿਕਾਂ ਦੀ ਸ਼ਮੂਲੀਅਤ ਨਾਲ ਲਏ ਗਏ ਫੈਸਲੇ ਲੈਣ ਦੀਆਂ ਕਈ ਉਦਾਹਰਣਾਂ ਹਨ।

ਅਕਾਲ ਤਖ਼ਤ ਦੇ ਸਾਹਮਣੇ 1986 ਦਾ ਇਤਿਹਾਸਕ ਸਰਬੱਤ ਖਾਲਸਾ।

ਪਾਠ 27

ਗੁਰਦੁਆਰਾ

- ਗੁਰਦੁਆਰਾ ਸਿੱਖਾਂ ਦਾ ਸਮਾਜਿਕ-ਆਰਥਿਕ-ਰਾਜਨੀਤਿਕ ਕੇਂਦਰ ਹੈ।
- ਇਹ ਸਮਾਜਿਕ, ਧਾਰਮਿਕ, ਆਰਥਿਕ ਅਤੇ ਰਾਜਨੀਤਿਕ ਗਤੀਵਿਧੀਆਂ ਲਈ ਇੱਕ ਸਥਾਨ ਹੈ।
- ਕੁਝ ਗੁਰਦੁਆਰਿਆਂ ਵਿੱਚ ਸਕੂਲ ਵੀ ਹਨ।
- ਇਹ ਸਿੱਖ ਮੰਦਰ ਜਾਂ ਸਿੱਖ ਚਰਚ ਨਹੀਂ ਹੈ।
- ਇਹ ਗੁਰੂਘਰ ਨਹੀਂ ਹੈ।
- ਗੁਰਦੁਆਰੇ ਵਿੱਚ ਲੰਗਰ ਜਰੂਰੀ ਨਹੀਂ।
- ਗੁਰਦੁਆਰੇ ਵਿੱਚ ਸਾਰੇ ਧਰਮਾਂ ਦੇ ਲੋਕਾਂ ਦਾ ਸਵਾਗਤ ਹੈ ਜੇਕਰ ਓਹ ਮਰਯਾਦਾ ਦਾ ਪਾਲਣਾ ਕਰਨ।
- ਪੰਜਾਬ ਦੇ ਕੁਝ ਗੁਰਦੁਆਰੇ ਹਨ:
    - ਦਰਬਾਰ ਸਾਹਿਬ ਅਤੇ ਅਕਾਲ ਤਖ਼ਤ
    - ਆਨੰਦਪੁਰ ਸਾਹਿਬ
    - ਫਤਹਿਗੜ੍ਹ ਸਾਹਿਬ: ਜਿੱਥੇ ਪਹਿਲਾ ਸਿੱਖ ਰਾਜ ਸਥਾਪਿਤ ਹੋਇਆ ਸੀ। ਨੇੜੇ ਹੀ ਠੰਡਾ ਬੁਰਜ ਹੈ ਜਿੱਥੇ ਗੁਰੂ ਗੋਬਿੰਦ ਸਿੰਘ ਜੀ ਦੇ ਦੋਵੇਂ ਪੁੱਤਰ ਆਪਣੀ ਦਾਦੀ ਮਾਤਾ ਗੁਜਰੀ ਨਾਲ ਕੈਦ ਸਨ।
    - ਕੱਚੀ ਗੜ੍ਹੀ ਬੰਦਾ ਸਿੰਘ ਬਹਾਦਰ: ਬੰਦਾ ਸਿੰਘ ਬਹਾਦਰ ਦੀ ਆਖਰੀ ਜੰਗ ਦਾ ਸਥਾਨ।
    - ਹਰੀਆਂ ਵੇਲਾਂ: ਹਰਿਆਲੀ ਨਾਲ ਘਿਰਿਆ ਹੋਇਆ।
    - ਪੀਰ ਬਾਲਾ ਸ਼ਾਹ: ਵਿਲੱਖਣ ਸਥਾਨ, ਗੁਰੂ ਨਾਨਕ ਦੁਆਰਾ ਦੌਰਾ ਕੀਤਾ ਗਿਆ ਸੀ।
    - ਬੀਬੀ ਮੁਮਤਾਜ਼ਗੜ੍ਹ ਸਾਹਿਬ: ਬੀਬੀਆਂ ਦੇ ਨਾਂ ਤੇ ਬਣੇ ਕੁਝ ਗੁਰਦੁਆਰਿਆਂ ਵਿੱਚੋਂ ਇੱਕ। ਪੁਰਾਣੇ ਪੰਜਾਬ ਦੇ ਲੈਂਡਸਕੇਪ ਨਾਲ ਘਿਰਿਆ ਸ਼ਾਨਦਾਰ ਸਥਾਨ।
    - ਮੇਹਦੀਆਣਾ ਸਾਹਿਬ: ਸਿੱਖ ਇਤਿਹਾਸ ਦੇ ਅਜਾਇਬ ਘਰ ਦਾ ਸਥਾਨ।
    - ਬਿਭੌਰ ਸਾਹਿਬ: ਸ਼ਾਨਦਾਰ ਸਥਾਨ।

ਗੁਰਦੁਆਰਾ ਸਿੱਖਾਂ ਦਾ ਸਮਾਜਿਕ-ਆਰਥਿਕ-ਰਾਜਨੀਤਿਕ ਕੇਂਦਰ ਹੈ।

ਗੁਰਦੁਆਰਾ ਬੀਬੀ ਮੁੰਤਜਗੜ੍ਹ ਸਾਹਿਬ।

ਗੁਰਦੁਆਰਾ ਮੇਹਦੀਆਣਾ ਸਾਹਿਬ - ਸਿੱਖ ਇਤਿਹਾਸ ਦਾ ਅਜਾਇਬ ਘਰ।

ਗੁਰਦੁਆਰਾ ਬਿਭੌਰ ਸਾਹਿਬ।

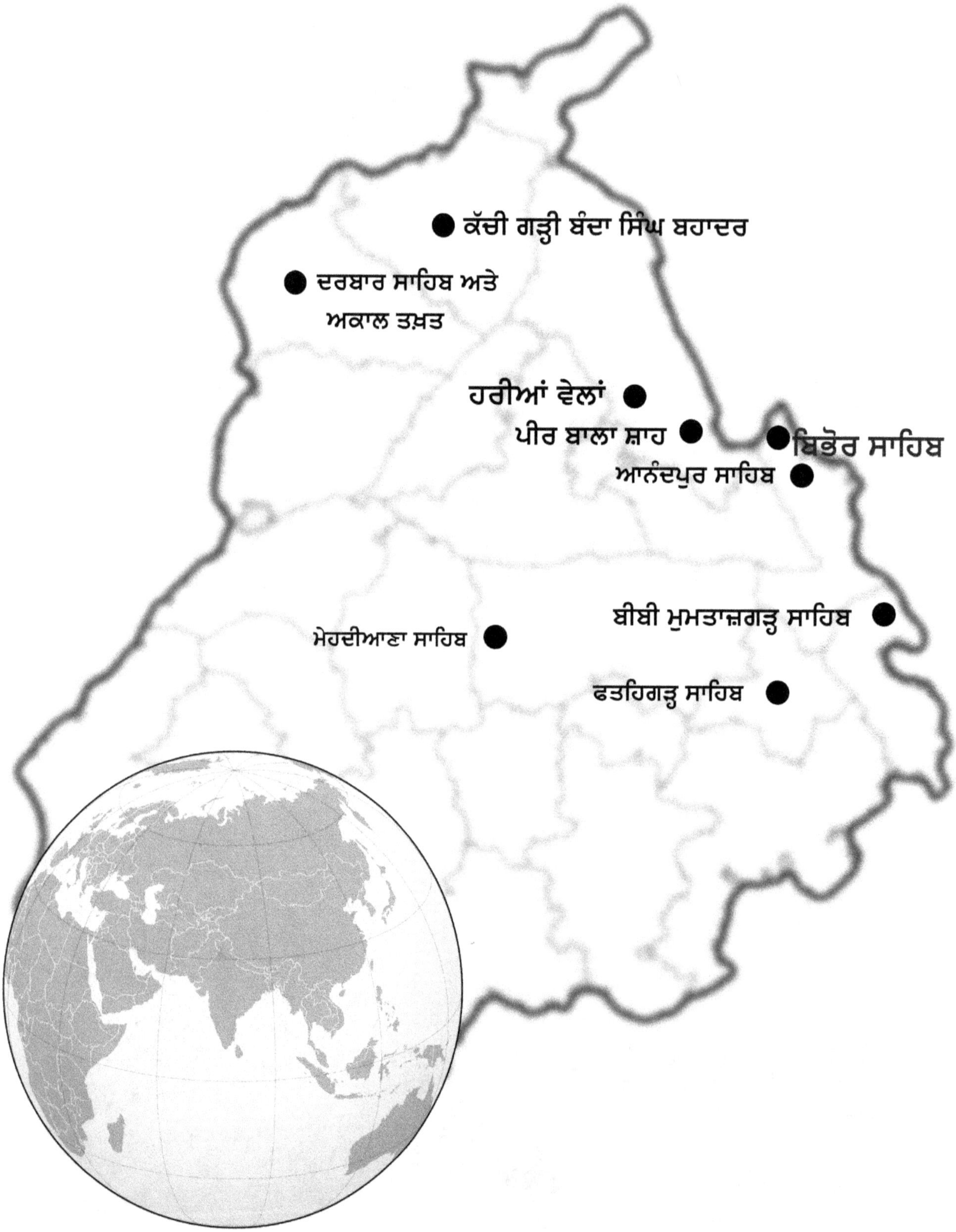

ਪੰਜਾਬ ਦੇ ਕੁਝ ਗੁਰਦੁਆਰੇ।

ਪਾਠ 28

ਖਾਲਸਾ

- ਖਾਲਸਾ ਸ਼ਬਦ ਫ਼ਾਰਸੀ ਸ਼ਬਦ 'ਖਾਲਸ' ਤੋਂ ਆਇਆ ਹੈ ਜਿਸਦਾ ਅਰਥ ਹੈ 'ਜੋ ਰਾਜੇ ਨੂੰ ਜਵਾਬ ਦੇਵੇ' ।
- ਖਾਲਸਾ ਉਹ ਸਿੱਖ ਹਨ ਜੋ ਅਕਾਲ ਪੁਰਖ ਨੂੰ ਜਵਾਬਦੇਹ ਹਨ।
- ਉਹ ਗੁਰੂ ਗ੍ਰੰਥ ਸਾਹਿਬ ਵਿੱਚ ਦਰਜ ਸਿੱਖ ਗੁਰੂਆਂ ਦੀਆਂ ਸਿੱਖਿਆਵਾਂ ਅਤੇ ਗੁਰੂ ਗੋਬਿੰਦ ਸਿੰਘ ਦੇ ਆਦੇਸ਼ਾਂ ਨੂੰ ਜਵਾਬਦੇਹ ਹਨ।
- ਸਿੱਖਾਂ ਨੂੰ ਮੌਜੂਦਾ ਖਾਲਸਾ ਦੁਆਰਾ ਹੀ ਖਾਲਸਾ ਬਨਾਇਆ ਜਾਂਦਾ ਹੈ। ਪਹਿਲੇ ਖਾਲਸਾ ਗੁਰੂ ਗੋਬਿੰਦ ਸਿੰਘ ਜੀ ਦੁਆਰਾ ਬਣਾਏ ਗਏ ਸੀ। ਖਾਲਸੇ ਦੀ ਸ਼ੁਰੂਆਤ ਗੁਰੂ ਗੋਬਿੰਦ ਸਿੰਘ ਜੀ ਨੇ 1699 ਵਿੱਚ ਆਨੰਦਪੁਰ ਸਾਹਿਬ ਵਿਖੇ ਇੱਕ ਇਤਿਹਾਸਕ ਸਮਾਰੋਹ ਵਿੱਚ ਕੀਤੀ ਸੀ।
- ਖਾਲਸੇ ਪਰਉਪਕਾਰ, ਰਾਜਨੀਤਿਕ ਵਿਚਾਰ, ਧਰਮ, ਇਤਿਹਾਸ, ਸ਼ਾਸਨ, ਅਤੇ ਯੁੱਧ ਦੇ ਮਾਹਰ ਹਨ।
- ਖਾਲਸੇ ਦੀ ਕੁਝ ਹੱਦ ਤੱਕ ਪਲੈਟੋ ਦੇ ਐਪੀਸਟੋਕਰੇਟਸ ਅਤੇ ਚੀਨੀ ਮੈਂਡਰਿਨ ਨੌਕਰਸ਼ਾਹਾਂ ਨਾਲ ਸਮਾਨਤਾ ਕੀਤੀ ਜਾ ਸਕਦੀ ਹੈ।
- ਖਾਲਸਾ ਸ਼ਾਸਨ ਦੀ ਭੂਮਿਕਾ ਨਿਭਾਉਂਦੇ ਰਹੇ ਹਨ। ਉਹ ਆਪਣੀ ਸੁਰੱਖਿਆ ਦੇ ਨਾਲ-ਨਾਲ ਪੰਥ ਦੀ ਸੁਰੱਖਿਆ ਲਈ ਹਥਿਆਰਬੰਦ ਹਨ। ਉਹ ਸੰਤ-ਸਿਪਾਹੀ ਹਨ।
- ਖਾਲਸਾ ਸਿੱਖਾਂ ਦੀ ਜੰਗਜੂ ਭਾਵਨਾ (martial spirit) ਦਾ ਪ੍ਰਤੀਕ ਹੈ।
- ਸਿੱਖਾਂ ਦਾ ਰਾਜ ਹਮੇਸ਼ਾ ਖਾਲਸਾ ਰਾਜ ਰਿਹਾ ਹੈ ਕਿਉਂਕਿ ਇਹ ਖਾਲਸਾ ਹੀ ਸੀ ਜਿਸਨੇ ਮੁਗਲਾਂ ਨੂੰ ਹਰਾਇਆ ਤੇ ਬੰਦਾ ਸਿੰਘ ਬਹਾਦਰ ਦਾ ਪਹਿਲਾ ਖਾਲਸਾ ਰਾਜ ਬਸਾਇਆ। ਖਾਲਸਾ ਨੇ ਸੁਰੱਖਿਆ, ਕਾਨੂੰਨ ਵਿਵਸਥਾ, ਅਤੇ ਸ਼ਾਸਨ ਪ੍ਰਦਾਨ ਕੀਤਾ।
- ਹਰ ਖਾਲਸਾ ਸਿੱਖ ਹੈ, ਪਰ ਕੁਝ ਸਿੱਖ ਹੀ ਖਾਲਸਾ ਹਨ।
- 'ਖਾਲਸਾ' ਸ਼ਬਦ ਦਾ ਅਕਸਰ ਗਲਤ ਅਰਥ 'ਸ਼ੁੱਧ' ਕਿਹਾ ਜਾਂਦਾ ਹੈ।

ਖਾਲਸਾ।

ਹੋਲਾ ਮੁਹੱਲਾ: ਖਾਲਸੇ ਦੇ ਜੰਗਜੂ ਜਜ਼ਬੇ ਦੇਖਨ ਦਾ ਸਮਾ।

ਪਾਠ 29

ਮੀਰੀ ਪੀਰੀ: ਧਰਮ ਅਤੇ ਰਾਜਨੀਤੀ

- ਸਿੱਖਾਂ ਲਈ ਧਰਮ ਅਤੇ ਰਾਜਨੀਤੀ ਅਟੁੱਟ ਹਨ।
- ਗੁਰੂ ਨਾਨਕ ਦੇ ਸਮੇਂ ਤੋਂ ਹੀ ਸਿੱਖਾਂ ਲਈ ਧਰਮ ਅਤੇ ਰਾਜਨੀਤੀ ਅਟੁੱਟ ਰਹੇ ਹਨ।

ਨਾਨਕਿ ਰਾਜੁ ਚਲਾਇਆ ਸਚੁ ਕੋਟੁ ਸਤਾਣੀ ਨੀਵ ਦੈ ॥ (ਅੰਗ 966)

ਜਿਸ ਕਾ ਰਾਜੁ ਤਿਸੈ ਕਾ ਸੁਪਨਾ ॥ (ਅੰਗ 179)

ਜਿਸ ਹੀ ਕੀ ਸਿਰਕਾਰ ਹੈ ਤਿਸ ਹੀ ਕਾ ਸਭੁ ਕੋਇ ॥ (ਅੰਗ 27)

ਸਭ ਸੁਖਾਲੀ ਵੁਠੀਆ ਇਹੁ ਹੋਆ ਹਲੇਮੀ ਰਾਜੁ ਜੀਉ ॥ (ਅੰਗ 74)

ਮਾਰਿਆ ਸਿੱਕਾ ਜਗਤ ਵਿਚ ਨਾਨਕ ਨਿਰਮਲ ਪੰਥ ਚਲਾਯਾ ॥ (ਭਾਈ ਗੁਰਦਾਸ, ਸਾਖੀਆਂ)

- ਗੁਰਦੁਆਰਾ ਸਿੱਖਾਂ ਦਾ ਸਮਾਜਿਕ, ਆਰਥਿਕ ਅਤੇ ਰਾਜਨੀਤਿਕ ਕੇਂਦਰ ਹੈ।
- ਰਾਜਨੀਤੀ, ਰਾਸ਼ਟਰਵਾਦ, ਅਤੇ ਰਾਜ ਸ਼ਕਤੀ ਸਾਡੇ ਜੀਵਨ ਦੇ ਹਰ ਪਹਿਲੂ ਨੂੰ ਪ੍ਰਭਾਵਿਤ ਕਰਦੇ ਹਨ। ਧਰਮ ਵੀ ਇਹਨਾਂ ਨੂੰ ਪ੍ਰਭਾਵਿਤ ਕਿਉਂ ਨਾ ਕਰੇ? ਇਹ ਫਰਕ ਕਿਉਂ?
- ਧਰਮ ਦੇ ਲੋਕਾਂ ਦਾ ਫਰਜ਼ ਬਣਦਾ ਹੈ ਕਿ ਉਹ ਰਾਜਨੀਤੀ ਨੂੰ ਸੇਧ ਦੇਣ ਅਤੇ ਇਸਨੂੰ ਸੀਮਤ ਕਰਨ। ਰਾਜਨੀਤੀ ਅਤੇ ਰਾਜਨੀਤਿਕ ਨੇਤਾਵਾਂ ਨੂੰ ਧਾਰਮਿਕ ਸੰਸਥਾਵਾਂ ਦੇ ਅਧੀਨ ਹੋਣਾ ਚਾਹੀਦਾ ਹੈ। ਰਾਜਨੀਤਿਕ ਸੰਸਥਾਵਾਂ ਦੀ ਬਜਾਏ ਧਾਰਮਿਕ ਸੰਸਥਾਵਾਂ ਸਭ ਤੋਂ ਉੱਚ ਅਧਿਕਾਰੀ ਹਨ।
- ਸਿੱਖ ਧਰਮ ਦਾ ਸਿਧਾਂਤ ਹੈ ਕਿ ਧਰਮ ਦਾ ਸਾਰੇ ਅਧਿਆਤਮਿਕ (spiritual) ਅਤੇ ਸੰਸਾਰਿਕ (worldly) ਖੇਤਰਾਂ ਉੱਤੇ ਸਰਵਉੱਚ ਅਧਿਕਾਰ (supreme authority) ਹੈ।

ਗੁਰਦੁਆਰਿਆਂ ਦੇ ਬਾਹਰ ਇਕੱਠੇ ਜੁੜੇ ਹੋਏ ਦੋਵੇਂ ਨਿਸ਼ਾਨ ਸਾਹਿਬ ਮੀਰੀ-ਪੀਰੀ ਨੂੰ ਦਰਸਾਉਂਦੇ ਹਨ -
ਮੀਰ (ਰਾਜਾ) ਅਤੇ ਪੀਰ ਇੱਕ ਹਨ।
ਇਹ ਧਰਮ ਅਤੇ ਰਾਜਨੀਤੀ ਦੀ ਏਕਤਾ ਦਾ,
ਅਤੇ ਸਾਰੇ ਅਧਿਆਤਮਿਕ ਅਤੇ ਸੰਸਾਰਿਕ ਖੇਤਰਾਂ ਉੱਤੇ ਧਰਮ ਦੇ ਸਰਵਉੱਚ ਅਧਿਕਾਰ ਦਾ ਐਲਾਨ ਵੀ ਹੈ।

ਪਾਠ 30

ਨਿੱਜੀ ਪ੍ਰਭੂਸੱਤਾ (Personal Sovereignty)

- ਰਾਜ ਨੂੰ ਇੱਕ ਪ੍ਰਭੂਸੱਤਾ ਸੰਪੰਨ ਮਨੁੱਖ ਦੇ ਜੀਵਨ ਵਿੱਚ ਦਖਲ ਨਹੀਂ ਦੇਣਾ ਚਾਹੀਦਾ। ਹਰ ਮਨੁੱਖ ਵੀ ਨਿੱਜੀ ਪ੍ਰਭੂਸੱਤਾ (Personal Sovereignty) ਰਖਦਾ ਹੈ।
- ਇਹ ਅੱਜ ਸਾਡੇ ਸੰਸਾਰ ਵਿੱਚ ਢੁਕਵਾਂ ਹੈ ਜਿੱਥੇ ਮਨੁੱਖ ਨੂੰ ਬੇਕਾਰ (irrelevant, unimportant) ਮੰਨਿਆ ਜਾਂਦਾ ਹੈ। ਰਾਜ ਸ਼ਕਤੀ ਅਤੇ ਰਾਸ਼ਟਰਵਾਦ ਜਨਤਕ ਸੁਰੱਖਿਆ ਅਤੇ ਨਕਲੀ ਪਰਉਪਕਾਰ ਦੇ ਨਾਮ ਤੇ ਲੋਕਾਂ ਦੇ ਨਿੱਜੀ ਜੀਵਨ ਵਿੱਚ ਦਖਲ ਦੇਂਦੇ ਹਨ।
- ਲਿਬਰਟੇਰੀਅਨ ਪੂੰਜੀਵਾਦ (libertarian Capitalism) ਵਿੱਚ ਗੈਰ-ਹਮਲਾਵਰ ਸਿਧਾਂਤ (Non-Agression Principle, NAP) ਅਤੇ ਗੈਰ-ਜ਼ਬਰਦਸਤੀ (non-coercion) ਦੀ ਧਾਰਨਾ ਹੈ। ਕਿਸੇ ਨੂੰ ਦੂਜੇ ਨੂੰ ਮਜਬੂਰ ਕਰਨ ਦਾ ਅਧਿਕਾਰ ਨਹੀਂ ਹੈ। ਸਾਰੇ ਲੈਣ-ਦੇਣ ਸਵੈਇੱਛਤ ਹੋਣੇ ਚਾਹੀਦੇ ਹਨ। ਇਸਦਾ ਅਰਥ ਹੈ ਕਿ ਕੋਈ ਜ਼ਬਰਦਸਤੀ ਟੈਕਸ ਜਾਂ ਜਾਇਦਾਦ ਜ਼ਬਤ ਨਾ ਹੋਵੇ। ਸਾਰੇ ਟੈਕਸ ਸਵੈਇੱਛਤ ਹੋਣੇ ਚਾਹੀਦੇ ਹਨ। ਕੋਈ ਆਮਦਨ ਟੈਕਸ (income tax) ਜਾਂ ਜਾਇਦਾਦ ਟੈਕਸ (property tax) ਜਾਂ ਵਿਰਾਸਤ ਟੈਕਸ (estate tax) ਨਹੀਂ ਹੋਣੇ ਚਾਹੀਦੇ। ਖਪਤ (consumption/sales) ਤੇ ਟੈਕਸ ਸਵੀਕਾਰ ਹਨ ਕਿਉਂਕਿ ਲੋਕ ਆਪਣਾ ਪੈਸਾ ਅਤੇ ਖਰਚ ਕਰਨ ਦੀ ਸ਼ਕਤੀ ਕਿਤੇ ਹੋਰ ਲੈ ਜਾ ਸਕਦੇ ਹਨ ਜੇਕਰ ਉਨ੍ਹਾਂ ਨੂੰ ਉਤਪਾਦ ਜਾਂ ਸੇਵਾ ਦੀ ਕੀਮਤ ਪਸੰਦ ਨਹੀਂ ਹੈ। ਖਪਤ ਟੈਕਸ ਬੱਚਤ (savings) ਨੂੰ ਉਤਸ਼ਾਹਿਤ ਕਰਦੀ ਹੈ ਅਤੇ ਖਪਤ ਨੂੰ ਘਟਾਉਂਦਾ ਹੈ।
- ਲਿਬਰਟੇਰੀਅਨ ਪੂੰਜੀਵਾਦ ਜਾਇਦਾਦ ਦੇ ਅਧਿਕਾਰਾਂ (property rights) ਦਾ ਸਤਿਕਾਰ ਕਰਦਾ ਹੈ। ਇਹ ਇੱਕ ਮੌਲਿਕ ਅਧਿਕਾਰ ਹੈ ਜਿਸ ਤੋਂ ਬਿਨਾਂ ਹੋਰ ਅਧਿਕਾਰਾਂ ਦਾ ਕੋਈ ਫਾਇਦਾ ਨਹੀਂ ਹੈ। ਕਿਸੇ ਵੀ ਹਾਲਤ ਵਿੱਚ ਲੋਕਾਂ ਦੀ ਜਾਇਦਾਦ ਜ਼ਬਤ ਨਹੀਂ ਹੋਣੀ ਚਾਹੀਦੀ। ਕੋਈ ਜਾਇਦਾਦ ਟੈਕਸ ਜਾਂ ਵਿਰਾਸਤ ਟੈਕਸ ਨਹੀਂ ਹੋਣੇ ਚਾਹੀਦੇ।
- ਨਿੱਜੀ ਪ੍ਰਭੂਸੱਤਾ ਦੀ ਪਰਿਭਾਸ਼ਾ ਗੈਰ-ਹਮਲਾਵਰ ਸਿਧਾਂਤ (Non-Agression Principle, NAP), ਜ਼ਬਰਦਸਤੀ ਨਾ ਕਰਨਾ (non-coercion), ਅਤੇ ਜਾਇਦਾਦ ਦੇ ਅਧਿਕਾਰਾਂ (property rights) ਦਾ ਸਤਿਕਾਰ ਹੈ।
- ਨਿੱਜੀ ਪ੍ਰਭੂਸੱਤਾ ਸਿਰਫ਼ ਲਿਬਰਟੇਰੀਅਨ ਪੂੰਜੀਵਾਦ (libertarian Capitalism) ਵਿੱਚ ਹੀ ਪ੍ਰਾਪਤ ਕੀਤੀ ਜਾ ਸਕਦੀ ਹੈ। ਇਹ ਸਮਾਜਵਾਦ (socialism) ਦੇ ਕਿਸੇ ਵੀ ਰੂਪ ਵਿੱਚ ਮੌਜੂਦ ਨਹੀਂ ਹੋ ਸਕਦੀ ਜਿੱਥੇ ਸਰਕਾਰ ਜਨਤਕ ਸੇਵਾ, ਕਾਨੂੰਨ ਵਿਵਸਥਾ ਬਣਾਈ ਰੱਖਣ, ਸੁਰੱਖਿਆ, ਮਹਾਂਮਾਰੀ, ਜਨਤਕ ਸੁਰੱਖਿਆ ਆਦਿ ਦੇ ਬਹਾਨੇ ਕਿਸੇ ਵੀ ਸਮੇਂ ਤੁਹਾਡੀ ਦੌਲਤ ਜ਼ਬਤ ਕਰ ਸਕਦੀ ਹੈ।

ਹੁਣਿ ਹੁਕਮੁ ਹੋਆ ਮਿਹਰਵਾਣ ਦਾ ॥
ਪੈ ਕੋਇ ਨ ਕਿਸੈ ਰਵਾਣਦਾ ॥
ਸਭ ਸੁਖਾਲੀ ਵੁਠੀਆ ਇਹੁ ਹੋਆ ਹਲੇਮੀ ਰਾਜੁ ਜੀਉ ॥ (ਅੰਗ 74)

ਰਾਜੇ ਸੀਹ ਮੁਕਦਮ ਕੁਤੇ ॥ ਜਾਇ ਜਗਾਇਨਿ੍ ਬੈਠੇ ਸੁਤੇ ॥
ਚਾਕਰ ਨਹਦਾ ਪਾਇਨਿ੍ ਘਾਉ ॥ ਰਤੁ ਪਿਤੁ ਕੁਤਿਹੋ ਚਟਿ ਜਾਹੁ ॥

ਸਰਕਾਰੀ ਅਧਿਕਾਰੀ ਤਲਵਾਰ ਦੀ ਨੋਕ ਤੇ ਜਨਤਾ ਤੋਂ ਜਾਇਦਾਦ ਜ਼ਬਤ ਕਰਨ ਵਿੱਚ ਖੁਸ਼ ਹੁੰਦੇ ਹਨ।

ਰਾਜ ਨੂੰ ਇੱਕ ਪ੍ਰਭੂਸੱਤਾ ਸੰਪੰਨ ਮਨੁੱਖ ਦੇ ਜੀਵਨ ਵਿੱਚ ਦਖਲ ਨਹੀਂ ਦੇਣਾ ਚਾਹੀਦਾ।

ਰਾਜ ਸ਼ਕਤੀ ਅਤੇ ਰਾਸ਼ਟਰਵਾਦ ਜਨਤਕ ਸੁਰੱਖਿਆ ਅਤੇ ਨਕਲੀ ਪਰਉਪਕਾਰ ਦੇ ਨਾਮ ਤੇ
ਲੋਕਾਂ ਦੇ ਨਿੱਜੀ ਜੀਵਨ ਵਿੱਚ ਦਖਲ ਦੇਂਦੇ ਹਨ।

ਮਨੁੱਖ ਨੂੰ ਬੇਕਾਰ (irrelevant, unimportant) ਮੰਨਿਆ ਜਾਂਦਾ ਹੈ।

ਪਾਠ 31

ਸਿੱਖਾਂ ਦਾ ਆਰਥਿਕ (ਅਤੇ ਰਾਜਨੀਤਿਕ) ਮਾਡਲ

- ਇੱਕ ਆਰਥਿਕ (ਅਤੇ ਰਾਜਨੀਤਿਕ) ਮਾਡਲ ਲੋਕਾਂ ਦੇ ਸਰਕਾਰ ਨਾਲ ਸਬੰਧਾਂ ਨੂੰ ਪਰਿਭਾਸ਼ਿਤ ਕਰਦਾ ਹੈ ਜਿਸ ਵਿੱਚ ਅਰਥਵਿਵਸਥਾ ਅਤੇ ਲੋਕਾਂ ਦੇ ਜੀਵਨ ਵਿੱਚ ਸਰਕਾਰ ਦੇ ਦਖਲਅੰਦਾਜ਼ੀ ਦਾ ਪੱਧਰ ਦੀ ਸਹਿਮਤੀ ਕੀਤੀ ਜਾਂਦੀ ਹੈ।
- ਆਰਥਿਕ ਮਾਡਲ macroeconomics ਦਾ ਖੇਤਰ ਹੈ। ਇਹ ਮਾਡਲ ਉੱਚ ਪੱਧਰ (high level) ਤੇ ਪਰਿਭਾਸ਼ਿਤ ਕਰਦਾ ਹੈ ਕਿ ਸਰਕਾਰ ਤੇ ਲੋਕਾਂ ਦਾ ਰਿਸ਼ਤਾ ਕੀ ਹੈ। ਇਹ ਰਿਸ਼ਤਾ ਰਸਮੀ ਅਤੇ ਕਾਨੂੰਨੀ ਤੌਰ ਤੇ ਦੇਸ਼ ਦੇ ਸੰਵਿਧਾਨ ਵਿੱਚ ਪਰਿਭਾਸ਼ਿਤ ਕੀਤਾ ਜਾਂਦਾ ਹੈ।
- ਇਹ ਇੱਕ ਭੁਲੇਖਾ ਹੈ ਕਿ ਸਿੱਖਾਂ ਦੇ ਆਰਥਿਕ ਮਾਡਲ ਨੂੰ ਦੁਨਿਆ ਦੇ ਰਵਾਇਤੀ ਆਰਥਿਕ ਮਾਡਲਾਂ ਨਾਲ ਨਹੀਂ ਜੋੜਿਆ ਜਾ ਸਕਦਾ। ਇਹ ਕਿਹਾ ਜਾਂਦਾ ਹੈ ਕਿ ਇਸ ਵਿੱਚ ਪੂੰਜੀਵਾਦ ਅਤੇ ਸਮਾਜਵਾਦ ਦੋਹਾਂ ਦੇ ਤੱਤ ਹਨ। ਇਹ ਗਲਤ ਹੈ।
- ਸਿੱਖਾਂ ਦਾ ਆਰਥਿਕ (ਅਤੇ ਰਾਜਨੀਤਿਕ) ਮਾਡਲ ਅਜ਼ਾਦ ਪੂੰਜੀਵਾਦ (Libertarian Capitalism) ਹੈ।
- ਲਿਬਰਟੇਰੀਅਨ ਪੂੰਜੀਵਾਦ ਕੀ ਹੈ?
    - ਮੁੱਖ ਸਿਧਾਂਤ ਜਾਇਦਾਦ ਦੇ ਅਧਿਕਾਰਾਂ ਦਾ ਸਤਿਕਾਰ (property rights) ਅਤੇ ਜ਼ਬਰਦਸਤੀ ਨਾ ਕਰਨਾ ਹਨ। ਜਾਇਦਾਦ ਵਿੱਚ ਪੂੰਜੀ, ਜ਼ਮੀਨ ਆਦਿ ਸ਼ਾਮਲ ਹਨ। ਜ਼ਬਰਦਸਤੀ ਨਾ ਕਰਨ ਦਾ ਅਰਥ ਹੈ ਸ਼ਾਸਨ ਲਈ ਤਾਕਤ ਦੀ ਵਰਤੋਂ ਨਾ ਕਰਨਾ।
    - ਆਰਥਿਕ ਮਾਡਲ ਜਿਸ ਵਿੱਚ economy ਵਿੱਚ ਘੱਟੋ ਘੱਟ ਸਰਕਾਰੀ ਦਖਲਅੰਦਾਜ਼ੀ ਹੈ।
    - ਇਸਦਾ ਮਤਲਬ ਕੋਈ ਸ਼ਾਸਨ ਜਾਂ ਅਰਾਜਕਤਾ (anarchy) ਨਹੀਂ ਹੈ।
    - ਕੋਈ ਆਮਦਨ ਟੈਕਸ (no income tax) ਜਾਂ ਜਾਇਦਾਦ ਟੈਕਸ ਦੀ ਲੋੜ ਨਹੀਂ ਹੈ। ਸਿਰਫ਼ ਖਪਤ (consumption) ਤੇ ਟੈਕਸ। ਇੱਕ ਛੋਟੀ ਸਰਕਾਰ ਨੂੰ ਸਿਰਫ਼ ਖਪਤ ਤੇ ਟੈਰਿਫ ਤੇ ਫੰਡ ਕੀਤਾ ਜਾ ਸਕਦਾ ਹੈ ਜਿਵੇਂ ਕਿ 1913 ਤੋਂ ਪਹਿਲਾਂ ਅਮਰੀਕਾ ਸੀ ਜਦੋਂ ਉਥੇ ਕੋਈ ਆਮਦਨ ਟੈਕਸ ਨਹੀਂ ਸੀ ਪਰ ਫੇਰ ਵੀ ਅਮਰੀਕਾ ਇੱਕ ਵਿਕਸਤ ਵਿਸ਼ਵ ਸ਼ਕਤੀ ਸੀ।
    - ਸਰਕਾਰੀ ਭੂਮਿਕਾ ਸਰਹੱਦੀ ਨਿਯੰਤਰਣ, ਫੌਜ, ਕਾਨੂੰਨਾਂ ਦਾ ਖਰੜਾ ਤਿਆਰ ਕਰਨਾ (ਵਿਧਾਨ ਸਭਾ), ਅਦਾਲਤਾਂ ਅਤੇ ਕਾਨੂੰਨ ਲਾਗੂ ਕਰਨ ਤੱਕ ਸੀਮਤ ਹੋਣੀ ਚਾਹੀਦੀ ਹੈ। ਸਰਕਾਰ ਓਹ ਕਰੇ ਜੋ ਨਿੱਜੀ ਖੇਤਰ (private sector) ਨਹੀਂ ਕਰ ਸਕਦਾ।
- ਸੜਕਾਂ, ਪੁਲ, ਅਤੇ ਬੁਨਿਆਦੀ ਢਾਂਚਾ ਕੌਣ ਬਣਾਏਗਾ? ਸਕੂਲ ਅਤੇ ਹਸਪਤਾਲ ਕੌਣ ਚਲਾਏਗਾ? ਫ੍ਰੀ ਮਾਰਕੀਟ ਪੂੰਜੀ ਵਾਧ ਸਰਕਾਰੀ ਨੌਕਰਸ਼ਾਹਾਂ ਨਾਲੋਂ ਬਿਹਤਰ ਸੇਵਾਵਾਂ ਪ੍ਰਦਾਨ ਕਰਦਾ ਹੈ।

- ਸਰਕਾਰੀ ਪ੍ਰੋਜੈਕਟ ਸਿਆਸਤਦਾਨਾਂ ਅਤੇ ਨੌਕਰਸ਼ਾਹਾਂ ਨੂੰ ਸੱਤਾ ਵਿੱਚ ਰੱਖਨ ਵਾਲੇ ਲੋਕਾਂ ਨੂੰ ਖੁਸ਼ ਕਰਨ ਲਈ ਹੋਂਦੇ ਹਨ। ਸਰਕਾਰੀ ਪ੍ਰੋਜੈਕਟ ਦੀ ਕੋਈ ਆਰਥਿਕ ਜਾਇਜ਼ਤਾ ਨਹੀਂ ਹੈ। ਇਹੀ ਕਾਰਨ ਹੈ ਕਿ ਤੀਜੀ ਦੁਨੀਆ ਵਿੱਚ ਬੁਨਿਆਦੀ ਢਾਂਚਾ ਲਗਾਤਾਰ 'ਨਿਰਮਾਣ ਅਧੀਨ' ਹਨ।
- ਸਿੱਖਾਂ ਵਿੱਚ welfare state ਨਹੀਂ ਹੈ। ਸਿੱਖਾਂ ਦਾ ਆਪਣਾ ਨਿੱਜੀ, ਗੈਰ-ਸਰਕਾਰੀ, ਭਾਈਚਾਰਕ (community based) ਸਮਾਜਿਕ ਸੁਰੱਖਿਆ ਮਾਡਲ ਹੈ ਜੋ ਗੁਰਦੁਆਰੇ ਦੇ ਆਲੇ-ਦੁਆਲੇ ਸਥਿਤ ਹੈ। ਇਹ welfare state ਨਹੀਂ ਹੈ। ਇਹ ਦਾਨ ਨਹੀਂ ਹੈ। ਮੁੱਖ ਗੱਲ ਇਹ ਹੈ ਕਿ ਕੋਈ ਸਰਕਾਰੀ ਸ਼ਮੂਲੀਅਤ ਨਹੀਂ ਹੈ। ਇਹ ਕੋਈ ਸਰਕਾਰੀ ਪ੍ਰੋਗਰਾਮ ਨਹੀਂ ਹੈ।
- ਸਿੱਖਾਂ ਦਾ ਸਮਾਜਿਕ ਸੁਰੱਖਿਆ ਮਾਡਲ ਦੁਨੀਆ ਭਰ ਦੇ ਹਜ਼ਾਰਾਂ ਸਿੱਖ ਗੁਰਦੁਆਰਿਆਂ ਵਿੱਚ ਇੱਕ ਕਾਰਜਸ਼ੀਲ ਮਾਡਲ ਹੈ। ਇਹ ਸਰਕਾਰ ਦੁਆਰਾ ਕੀਤੇ ਜਾਣ ਵਾਲੇ ਕਿਸੇ ਵੀ ਕੰਮ ਨਾਲੋਂ ਵਧ ਕੁਸ਼ਲ ਹੈ।
- ਅਜ਼ਾਦ ਪੂੰਜੀਵਾਦ (Libertarian Capitalism) ਦਾ ਮਤਲਬ ਕੋਈ ਸਰਕਾਰ ਜਾਂ ਅਰਾਜਕਤਾ (anarchy) ਨਹੀਂ ਹੈ। Free Market ਦੇ ਨਾਲ ਹੀ ਚੰਗੇ ਤੇ ਘੱਟ/ਛੋਟੇ ਸ਼ਾਸਨ ਦੀ ਜ਼ਰੂਰਤ ਹੈ। ਪਲੈਟੋ ਨੇ ਇਸ ਨੂੰ epistocracy ਕਿਹਾ ਹੈ। ਚੀਨੀਆਂ ਕੋਲ ਮੈਂਡਰਿਨ ਸਨ। ਸਿੱਖ ਗੁਰੂਆਂ ਨੇ ਸ਼ਾਸਨ ਨੂੰ ਚਲਾਨ ਲਈ ਖਾਲਸਾ ਦੀ ਸਿਰਜਣਾ ਕੀਤੀ।
- ਸਿੱਖ ਕਦਰਾਂ-ਕੀਮਤਾਂ ਨੂੰ ਸਮਾਜਵਾਦ ਅਤੇ ਮਾਰਕਸਵਾਦ ਨਾਲ ਗਲਤ ਤਰੀਕੇ ਨਾਲ ਜੋੜਿਆ ਜਾ ਰਿਹਾ ਹੈ। ਸਿੱਖੀ ਅਤੇ ਸਮਾਜਵਾਦ ਦੇ ਇਸ ਝੂਠੇ ਸਬੰਧ ਦੀ ਸ਼ੁਰੂਆਤ 1970 ਤੋਂ 1990 ਦੇ ਦਹਾਕੇ ਵਿੱਚ ਪੰਜਾਬ ਅਤੇ ਭਾਰਤ ਵਿੱਚ ਹੋਈ ਸੀ ਜਦੋਂ ਸਿੱਖ ਵਿਦਵਾਨਾਂ ਨੇ ਸੋਵੀਅਤ ਯੂਨੀਅਨ ਦੁਆਰਾ ਫੰਡ ਪ੍ਰਾਪਤ ਭਾਰਤੀ ਯੂਨੀਵਰਸਿਟੀਆਂ ਵਿੱਚ ਪੜ੍ਹਾਈ ਕੀਤੀ ਸੀ। ਅੱਜ ਦੇ ਬਹੁਤ ਸਾਰੇ ਵਿਧਵਾਨ ਮਾਰਕਸਵਾਦੀ ਵਿਚਾਰਾਂ ਵਾਲੇ ਹਨ।
- 1984 ਤੋਂ ਬਾਅਦ ਸਿੱਖ ਅਤੇ ਪੰਜਾਬ ਨਹੀਂ ਬਦਲੇ ਹਨ। ਭਾਰਤੀ ਰਾਜ ਵੀ ਚਾਹੁੰਦਾ ਹੈ ਕਿ ਲੋਕ ਅਪਨੇ ਜੀਵਨ ਵਿੱਚ ਵਧੇਰੇ ਸਰਕਾਰੀ ਦਖਲਅੰਦਾਜ਼ੀ, ਵਧੇਰੇ ਟੈਕਸਾਂ, ਅਤੇ ਵੱਡੀ ਸਰਕਾਰ ਦੀ ਮੰਗ ਕਰਨ। ਮਾਰਕਸਵਾਦ ਨੇ ਭਾਰਤੀ ਰਾਜ, ਸਰਕਾਰ, ਨੌਕਰਸ਼ਾਹਾਂ, ਅਤੇ ਸਿਆਸਤਦਾਨਾਂ ਦਾ ਫਾਇਦਾ ਕੀਤਾ। ਲੋਕ ਆਪਣੀ ਗੁਲਾਮੀ ਦੀ ਮੰਗ ਮਾਰਕਸਵਾਦ ਰਾਹੀਂ ਆਪ ਹੀ ਕਰਦੇ ਹਨ।
- ਸਮਾਜਵਾਦ, ਕਮਿਊਨਿਜ਼ਮ, ਅਤੇ ਮਾਰਕਸਵਾਦ ਇੱਕ ਸਰਕਾਰ ਦੁਆਰਾ ਚਲਾਇਆ ਜਾਣ ਵਾਲਾ 'ਵੈਲਥ ਪੰਪ' (Wealth Pump) ਹੈ ਜੋ ਉਤਪਾਦਕ ਮੱਧ ਵਰਗ ਤੋਂ ਪੂੰਜੀ ਸਰਕਾਰੀ ਲੁਟ ਰਾਹੀਂ ਪੂੰਜੀਪਤੀ, ਕੁਲੀਨ ਵਰਗ, ਅਤੇ ਬੈਂਕਰਾਂ ਤੱਕ ਭੇਜਦਾ ਹੈ। (Peter Turchin, 2024) ਜਿੰਨਾ ਜ਼ਿਆਦਾ ਮਾਰਕਸਵਾਦ ਤੇ ਸਮਾਜਵਾਦ, ਓਨਾ ਹੀ ਜ਼ਿਆਦਾ 'ਵੈਲਥ ਪੰਪ'। ਇਹ ਸਮਾਜਵਾਦ ਦਾ ਉਦੇਸ਼ ਹੈ। ਮਾਰਕਸਵਾਦ ਤੇ ਸਮਾਜਵਾਦ ਅਸਮਾਨਤਾ (inequality) ਨੂੰ ਵਧਾਉਂਦਾ ਹੈ। ਮੱਧ ਵਰਗ ਦਾ ਸੁੰਗੜਨਾ (middle class decline) ਮਾਰਕਸਵਾਦ ਤੇ ਸਮਾਜਵਾਦ ਕਰਕੇ ਹੈ।

- ਸਰਕਾਰੀ ਪ੍ਰੋਗਰਾਮ ਸਰਕਾਰੀ ਕਤਲੇਆਮ (*Pogroms*) ਵੱਲ ਲੈ ਜਾਂਦੇ ਹਨ। ਨੋਬਲ ਪੁਰਸਕਾਰ ਜੇਤੂ ਫ੍ਰੈਡਰਿਕ ਹਾਇਕ (Friedrich Hayek) ਨੇ ਆਪਣੀ ਕਿਤਾਬ 'ਗੁਲਾਮੀ ਦਾ ਰਾਹ' (Road to Serfdom) ਵਿੱਚ ਲਿਖਿਆ ਹੈ ਕਿ ਫਾਸ਼ੀਵਾਦ ਸਮਾਜਵਾਦ ਦਾ ਨਤੀਜਾ ਹੈ। ਰੂਸ ਵਿੱਚ ਘੱਟ ਗਿਣਤੀ ਰੂਸੀ ਯਹੂਦੀਆਂ ਵਿਰੁੱਧ ਕਤਲੇਆਮ (*Pogroms*), ਹੰਗਰੀ ਵਿੱਚ ਯਹੂਦੀਆਂ ਦੀ ਨਿਸ਼ਾਨਗੀ ਕਰਨ ਵਾਲੇ ਯੈਲੋ-ਸਟਾਰ ਘਰ (yellow-star houses), ਅਤੇ 1984-1998 ਦਾ ਲਗਾਤਾਰ ਸਿੱਖ ਘੱਲੂਘਾਰਾ ਸਰਕਾਰੀ ਕਤਲੇਆਮ ਦੀਆਂ ਉਦਾਹਰਣਾਂ ਹਨ।
- ਘੱਟ ਗਿਣਤੀਆਂ ਸ਼ੋਸ਼ਣ ਦਾ ਮੁੱਖ ਨਿਸ਼ਾਨਾ ਹੁੰਦੀਆਂ ਹਨ ਜਦੋਂ ਕਿਸੇ ਸਰਕਾਰ ਨੂੰ ਜਨਤਾ ਤੋਂ ਪੈਸਾ ਲੁਟਨ ਦੀ ਲੋੜ ਹੋਵੇ। ਇੱਕ ਛੋਟੀ ਸਰਕਾਰ ਜਿਸਨੂੰ ਘੱਟ ਲੋੜ ਹੁੰਦੀ ਹੈ ਅਤੇ ਉਸਦੀ ਤਾਕਤ ਤੇ ਸਖ਼ਤ ਪਾਬੰਦੀਆਂ ਹੁੰਦੀਆਂ ਹਨ, ਘੱਟ ਗਿਣਤੀਆਂ ਵਿਰੁੱਧ ਹਿੰਸਾ ਘੱਟ ਕਰੇਗੀ।
- ਦੁਨਿਆ ਦੇ ਆਰਥਿਕ ਮਾਡਲਾਂ ਨੂੰ ਸਮੁੱਚੇ ਤੌਰ ਤੇ ਲਾਗੂ ਕੀਤਾ ਜਾਂਦਾ ਹੈ। ਸਮਾਜਵਾਦ, ਕਮਿਊਨਿਜ਼ਮ, ਅਤੇ ਮਾਰਕਸਵਾਦ ਸਰਕਾਰੀ ਪ੍ਰੋਗਰਾਮਾਂ ਦੀ funding ਲਈ ਵਿਤੀ ਦਮਨ, ਲੁਟ, ਤੇ ਹਿੰਸਾ ਹਮੇਸ਼ਾ ਕਰੇਗਾ।
- ਸਮੇਂ ਦੀਆਂ ਸਰਕਾਰਾਂ ਦੁਆਰਾ ਸਿੱਖਾਂ ਤੇ ਸਦੀਆਂ ਤੋਂ ਬੁੱਧੀਜੀਵੀਆਂ ਨੂੰ indoctrinated ਕੀਤਾ ਹੈ। , ਸਦੀਆਂ ਤੋਂ ਚੱਲ ਰਹੇ ਅਤਿਆਚਾਰ ਅਤੇ ਦਮਨ ਨੇ 'ਸਿੱਖਾਂ ਦੇ ਡੀਐਨਏ ਨੂੰ ਨੁਕਸਾਨ ਪਹੁੰਚਾਇਆ ਹੈ' (ਸਿੱਖਾਂ ਵਿੱਚ ਆਮ ਕਿਹਨਾ ਹੈ)। ਅੱਜ ਸਿੱਖ ਦਮਨ ਤੋਂ ਆਜ਼ਾਦੀ ਅਤੇ ਆਪਣੀ ਜਾਇਦਾਦ, ਜ਼ਮੀਨ ਅਤੇ ਪਾਣੀ ਦੀ ਸੁਰੱਖਿਆ ਚਾਹੁੰਦੇ ਹਨ। ਪਰ ਉਹ ਸਰਕਾਰ ਤੋਂ ਇਹ ਮੰਗਦੇ ਹਨ ਤੇ ਫੇਰ ਗੁਲਾਮੀ ਦੇ ਰਾਹ ਤੇ ਤੁਰ ਪੈਂਦੇ ਹਨ।
- ਸਰਕਾਰ ਤੋਂ ਖੁਸ਼ਹਾਲੀ ਅਤੇ ਆਜ਼ਾਦੀ ਮੰਗਣਾ ਮਾਫੀਆ ਤੋਂ ਕਾਨੂੰਨ ਮੰਗਣ ਵਾਂਗ ਹੈ।
- ਅਜ਼ਾਦ ਪੂੰਜੀਵਾਦ (Libertarian Capitalism) ਅਰਥਵਿਵਸਥਾ (economy), ਸਿੱਖਿਆ, ਸਿਹਤ ਸੰਭਾਲ, ਬੁਨਿਆਦੀ ਢਾਂਚੇ ਆਦਿ ਨੂੰ ਕਿਵੇਂ ਚਲਾਉਣਾ ਹੈ, ਇਸ ਲਈ ਇੱਕ ਚੰਗੀ ਤਰ੍ਹਾਂ ਪਰਿਭਾਸ਼ਿਤ macroeconomic ਮਾਡਲ ਹੈ।
- ਸਿਰਫ਼ ਅਜ਼ਾਦ ਪੂੰਜੀਵਾਦ (Libertarian Capitalism), ਜਿਸ ਵਿੱਚ ਜਾਇਦਾਦ ਦੇ ਅਧਿਕਾਰ , ਘੱਟ ਸਰਕਾਰੀ ਦਖਲਅੰਦਾਜ਼ੀ, ਅਤੇ ਕੋਈ ਦਮਨ ਨਹੀਂ ਹੈ, ਸਿੱਖਾਂ ਦੇ ਹਲੀਮੀ ਰਾਜ ਦੇ ਦ੍ਰਿਸ਼ਟੀਕੋਣ ਦੇ ਅਨੁਕੂਲ ਹੈ। ਸਮਾਜਵਾਦ ਅਤੇ ਮਾਰਕਸਵਾਦ ਹਲੀਮੀ ਰਾਜ ਦੇ ਬਿਲਕੁਲ ਉਲਟ ਹੈ।

ਦੂਖੁ ਅੰਦੋਹੁ ਨਹੀ ਤਿਹਿ ਠਾਉ ॥ ਨਾਂ ਤਸਵੀਸ ਖਿਰਾਜੁ ਨ ਮਾਲੁ ॥ ਖਉਫੁ ਨ ਖਤਾ ਨ ਤਰਸੁ ਜਵਾਲੁ ॥੧॥

ਰਾਜੇ ਸੀਹ ਮੁਕਦਮ ਕੁਤੇ ॥ ਜਾਇ ਜਗਾਇਨਿ੍ ਬੈਠੇ ਸੁਤੇ ॥
ਚਾਕਰ ਨਹਦਾ ਪਾਇਨਿ੍ ਘਾਉ ॥ ਰਤੁ ਪਿਤੁ ਕੁਤਿਹੋ ਚਟਿ ਜਾਹੁ

ਹੁਣਿ ਹੁਕਮੁ ਹੋਆ ਮਿਹਰਵਾਣ ਦਾ ॥
ਪੈ ਕੋਇ ਨ ਕਿਸੈ ਰਵਾਣਦਾ ॥
ਸਭ ਸੁਖਾਲੀ ਵੁਠੀਆ ਇਹੁ ਹੋਆ ਹਲੇਮੀ ਰਾਜੁ ਜੀਉ ॥

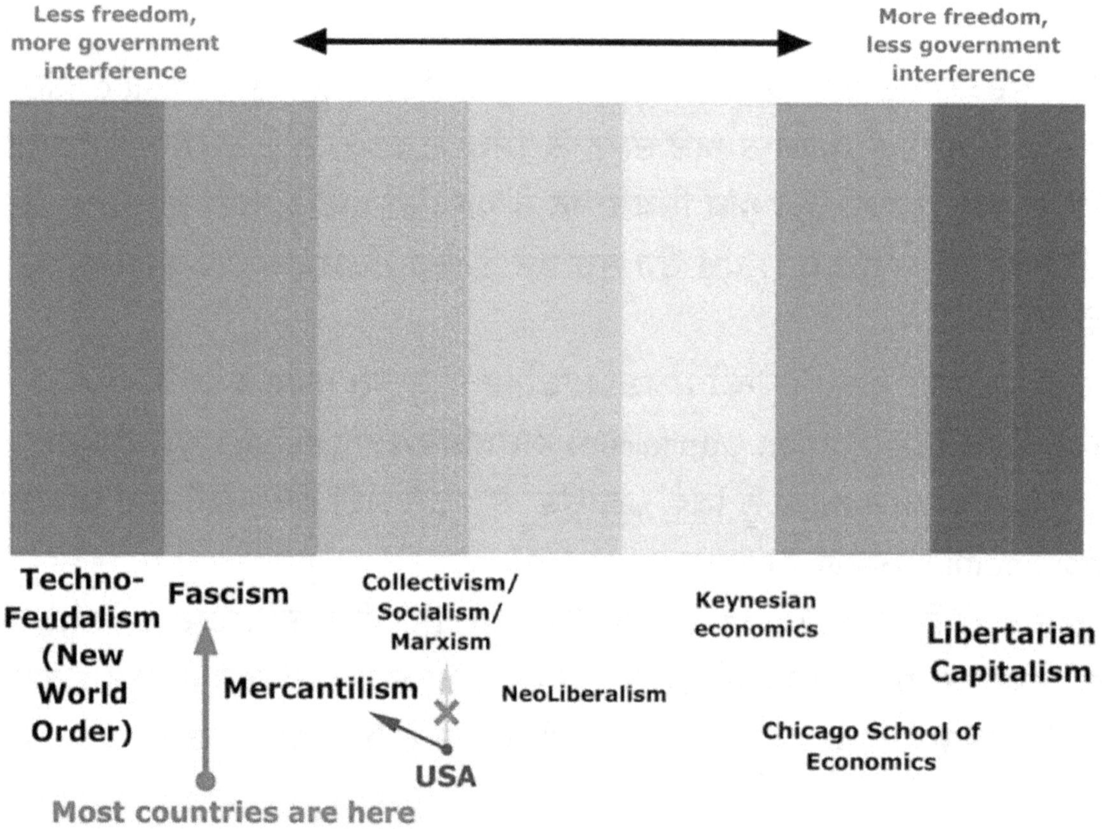

ਦੁਨੀਆ ਦੇ ਆਰਥਿਕ ਮਾਡਲ।

ਮਾਰਕਸ ਨਾਨਕ ਦੇ ਭੇਸ ਵਿੱਚ।

ਪਾਠ 32

ਅਧਿਆਤਮਿਕ ਅਤੇ ਦੁਨਿਆਵੀ

- ਗੁਰੂ ਗ੍ਰੰਥ ਸਾਹਿਬ ਸਿੱਖਾਂ ਲਈ ਅਧਿਆਤਮਿਕ (spiritual) ਅਤੇ ਦੁਨਿਆਵੀ (worldly) authority ਹੈ।
- ਕੈਰਨ ਆਰਮਸਟ੍ਰਾਂਗ ਆਪਣੀ ਕਿਤਾਬ 'ਦ ਬੈਟਲ ਫਾਰ ਗੌਡ' ਵਿੱਚ ਲਿਖਦੇ ਹਨ ਕਿ ''ਅਵਚੇਤਨ (subconscious mind) ਮਨ ਦੇ ਅਸਪਸ਼ਟ ਪਹਿਲੂ ਹਨ, ਜੋ ਕਿ ਪੂਰੀ ਤਰ੍ਹਾਂ ਤਰਕਸ਼ੀਲ ਜਾਂਚ ਦੇ ਪਹੁੰਚਯੋਗ ਨਹੀਂ ਹਨ। ਪਰ ਇਹਨਾਂ ਦਾ ਸਾਡੇ ਅਨੁਭਵ ਅਤੇ ਵਿਵਹਾਰ ਤੇ ਡੂੰਘਾ ਪ੍ਰਭਾਵ ਪੈਂਦਾ ਹੈ।'' ਉਹ ਇਸਨੂੰ ਮਿਥੋਸ (mythos) ਅਤੇ ਲੋਗੋਸ (logos) (ਅਧਿਆਤਮਿਕ ਅਤੇ ਤਰਕਸ਼ੀਲ ਖੇਤਰ) ਕਹਿੰਦੀ ਹੈ। (Armstrong, 2001)
- ਸਿਹਤਮੰਦ ਜੀਵਨ ਅਤੇ ਪੰਥ ਲਈ ਲੋਕਾਂ ਦੀਆਂ ਅਧਿਆਤਮਿਕ ਅਤੇ ਦੁਨਿਆਵੀ ਜ਼ਰੂਰਤਾਂ ਨੂੰ ਪੂਰਾ ਕਰਨਾ ਲਾਜ਼ਮੀ ਹੈ।
- ਆਧੁਨਿਕ ਧਰਮ-ਨਿਰਪੱਖ (non-religious, secular) ਸੰਸਾਰ ਲੋਕਾਂ ਦੀਆਂ ਅਧਿਆਤਮਿਕ ਜ਼ਰੂਰਤਾਂ ਨੂੰ ਨਜ਼ਰਅੰਦਾਜ਼ ਕਰਦਾ ਹੈ। ਆਧੁਨਿਕ ਧਰਮ-ਨਿਰਪੱਖ ਸੰਸਾਰ ਅਤੇ ਰਾਸ਼ਟਰਵਾਦ ਪੈਸੇ ਦੀ ਆਪਣੀ ਕੱਟੜ ਇੱਛਾ ਵਿੱਚ ਗੈਰ-ਤਰਕਸ਼ੀਲ ਅਤੇ ਅਧਿਆਤਮਿਕ ਜ਼ਰੂਰਤਾਂ ਨੂੰ ਵੀ ਨੀਵਾਂ ਸਮਝਦੇ ਹਨ। ਉਦਾਹਰਣ ਵਜੋਂ, ਬਹੁਤ ਸਾਰੇ ਜਨਤਕ ਪ੍ਰੋਜੈਕਟ ਕੁਚਜੇ ਅਤੇ ਬਦਸੂਰਤ ਹਨ। ਇਹ ਲੋਕਾਂ ਨੂੰ ਅਧਿਆਤਮਿਕ (spiritual) ਤੌਰ ਤੇ ਨਿਰਾਸ਼ ਕਰਦਾ ਹੈ।
- ਇਹ ਇੱਕ ਖਲਾਅ (vacuum) ਛੱਡ ਦਿੰਦਾ ਹੈ। ਫਿਰ ਲੋਕ ਇਸ ਖਲਾਅ ਨੂੰ ਨਵੇਂ ਯੁੱਗ ਦੇ ਕਬਾੜ ਵਿਚਾਰ, ਨਸ਼ਿਆਂ, ਜਾਂ ਧਾਰਮਿਕ ਕੱਟੜਵਾਦ ਨਾਲ ਭਰ ਦਿੰਦੇ ਹਨ। ਇਹ ਨੁਕਸਾਨਦੇਹ ਹੈ।
- ਲੇਖਕ ਕੈਰਨ ਆਰਮਸਟ੍ਰਾਂਗ ਆਪਣੀ ਕਿਤਾਬ 'ਦ ਬੈਟਲ ਫਾਰ ਗੌਡ' ਵਿੱਚ ਕੱਟੜਵਾਦ ਦੇ ਉਭਾਰ ਵਿੱਚ ਅਸਹਿਣਸ਼ੀਲ ਤਰਕਸ਼ੀਲਤਾ (intolerant rationalism) ਅਤੇ ਰਾਸ਼ਟਰਵਾਦ ਦੀ ਭੂਮਿਕਾ ਨੂੰ ਕਸੂਰਵਾਰ ਠਹਿਰਾਇਆ ਹੈ। ''[ਕੱਟੜਪੰਥੀਆਂ] ਲਹਿਰਾਂ ਅਕਸਰ ਇੱਕ ਹਮਲਾਵਰ ਧਰਮ ਨਿਰਪੱਖਤਾ ਦੇ ਜਵਾਬ ਵਿੱਚ ਖੜੀਆਂ ਹੋਇਆਂ ਹਨ ਜੋ ਧਰਮ ਨੂੰ ਬਹੁਤ ਘੱਟ ਸਤਿਕਾਰ ਦਿਖਾਉਂਦੀਆਂ ਸਨ।'' ''[ਕੱਟੜਪੰਥੀਆਂ ਦਾ] ਦਮਨ ਅਤੇ ਜ਼ਬਰਦਸਤੀ ਸਹੀ ਜਵਾਬ ਨਹੀਂ ਹੈ।'' (Armstrong, 2001)
- ਸਿੱਖ ਫ਼ਲਸਫ਼ਾ ਜ਼ਬਰਦਸਤੀ ਤੋਂ ਰਹਿਤ, ਉਦਾਰਵਾਦੀ ਪੂੰਜੀਵਾਦ (Libertarian Capitalism) ਅਤੇ ਛੋਟੀ ਸਰਕਾਰ ਦਾ ਹੁਕਮ ਦੇਂਦਾ ਹੈ। ਸਰਕਾਰ ਨੂੰ ਲੋਕਾਂ ਦੇ ਮਨਾਂ ਨੂੰ ਕਾਬੂ ਕਰਨ, ਜਾਂ ਰਾਸ਼ਟਰਵਾਦ ਨੂੰ ਉਤਸ਼ਾਹਿਤ ਕਰਨ ਦੀ ਕੋਸ਼ਿਸ਼ ਨਹੀਂ ਕਰਨੀ ਚਾਹੀਦੀ, ਜਾਂ ਧਰਮ ਨੂੰ ਗੁਪਤ ਰੂਪ ਵਿੱਚ ਦਬਾਉਣ ਦੀ ਕੋਸ਼ਿਸ਼ ਨਹੀਂ ਕਰਨੀ ਚਾਹੀਦੀ।

- ਸਿੱਖ ਫਲਸਫੇ ਵਿੱਚ ਅਧਿਆਤਮਿਕ ਅਤੇ ਦੁਨਿਆਵੀ ਖੇਤਰ ਵਿੱਚ ਕੋਈ ਫਰਕ ਜਾਂ ਟਕਰਾਅ ਨਹੀਂ ਹੈ। ਦੋਵੇਂ ਬਰਾਬਰ ਮਹੱਤਵਪੂਰਨ ਹਨ।
- "ਧਰਮ ਲੋਕਾਂ ਦੀ ਅਫੀਮ ਨਹੀਂ ਹੈ, ਸਗੋਂ ਕਮਜ਼ੋਰਾਂ ਦਾ ਵਿਟਾਮਿਨ ਹੈ।" [ਰੇਗਿਸ ਡੇਬਰੇ]
- ਬੀਬੀਸੀ ਪੱਤਰਕਾਰ ਮਾਰਕ ਟੱਲੀ ਨੇ ਦਰਬਾਰ ਸਾਹਿਬ ਦਾ ਦੌਰਾ ਕੀਤਾ ਅਤੇ ਕਿਹਾ, "ਸਿਰਫ਼ ਉਹ ਲੋਕ ਜੋ ਪੂਰੀ ਤਰ੍ਹਾਂ ਅਧਿਆਤਮਿਕਤਾ (spirituality) ਤੋਂ ਰਹਿਤ ਹਨ, ਇੱਥੇ ਪਰਮਾਤਮਾ ਦੀ ਮੌਜੂਦਗੀ ਨੂੰ ਮਹਿਸੂਸ ਕਰਨ ਵਿੱਚ ਅਸਫਲ ਰਹਿ ਸਕਦੇ ਹਨ।" (Mark Tully, 2003)

ਦਰਬਾਰ ਸਾਹਿਬ

"ਸਿਰਫ਼ ਉਹ ਲੋਕ ਜੋ ਪੂਰੀ ਤਰ੍ਹਾਂ ਅਧਿਆਤਮਿਕਤਾ (spirituality) ਤੋਂ ਰਹਿਤ ਹਨ, ਇੱਥੇ ਪਰਮਾਤਮਾ ਦੀ ਮੌਜੂਦਗੀ ਨੂੰ ਮਹਿਸੂਸ ਕਰਨ ਵਿੱਚ ਅਸਫਲ ਰਹਿ ਸਕਦੇ ਹਨ।" (Mark Tully, 2003)

ਪਾਠ 33

ਅਰਦਾਸ

- ਅਰਦਾਸ ਸ਼ਬਦ ਫਾਰਸੀ ਤੋਂ ਆਇਆ ਹੈ ਅਤੇ ਇਸਦਾ ਅਰਥ ਹੈ ਪ੍ਰਾਰਥਨਾ ਜਾਂ ਪੂਜਾ। ਪਰ, ਅਰਦਾਸ ਪ੍ਰਾਰਥਨਾ (prayer) ਜਾਂ ਪੂਜਾ ਨਹੀਂ ਹੈ। ਅਰਦਾਸ ਨਾ ਹੀ ਬੇਨਤੀ ਹੈ। ਨਾ ਹੀ ਇਹ ਰੱਬ ਤੋਂ ਕੁਝ ਮੰਗਣ ਦਾ ਤਰੀਕਾ ਹੈ।
- ਅਰਦਾਸ ਅਕਾਲ ਪੁਰਖ, ਸਿੱਖ ਗੁਰੂਆਂ, ਉਨ੍ਹਾਂ ਦੀ ਸਿੱਖਿਆ, ਸਿੱਖ ਇਤਿਹਾਸ, ਸਿੱਖ ਸ਼ਹੀਦਾਂ, ਅਤੇ ਸਾਰੇ ਸਿੱਖ ਜਗਤ ਨਾਲ ਇੱਕ ਹੋਣ ਦਾ ਇੱਕ ਤਰੀਕਾ ਹੈ। ਇਹ ਆਪਣੇ ਆਪ ਤੋਂ ਆਪਨੇ ਤੋਂ ਬਹੁਤ ਵੱਡੀ ਚੀਜ਼ ਦਾ ਹਿੱਸਾ ਮਹਿਸੂਸ ਕਰਨ ਦਾ ਇੱਕ ਤਰੀਕਾ ਹੈ।
- ਅਰਦਾਸ ਨਾਲ ਅਸੀਂ ਮਹਾਨ ਕਾਰਜ ਕਰਨ ਵੇਲੇ ਸਿੱਖ ਇਤਿਹਾਸ ਅਤੇ ਵਿਚਾਰਧਾਰਾ ਦੇ ਇਕਸਾਰ (aligned) ਚੱਲਣ ਲਈ ਪ੍ਰੇਰਿਤ ਹੋਂਦੇ ਹਾਂ।
- ਇਸ ਤਰ੍ਹਾਂ ਅਰਦਾਸ ਸਾਡੇ ਕੰਮਾਂ ਦੀ ਰਹਬਰ (guide) ਜਾਂ ਮਾਰਗ-ਦਰਸ਼ਕ ਕਰਦੀ ਹੈ। ਅਸੀਂ ਆਪਣੇ ਹਉਮੇ, ਸੁਆਰਥੀ ਹਿੱਤਾਂ, ਜਾਂ ਆਪਣੇ ਨਿੱਜੀ ਦ੍ਰਿਸ਼ਟੀਕੋਣਾਂ ਦੇ ਅਧਾਰ ਤੇ ਕੰਮ ਨਹੀਂ ਕਰਦੇ। ਸਾਡੇ ਵਿਚਾਰ ਅਤੇ ਕਰਮ ਆਪਣੇ ਆਪ ਤੋਂ ਵੱਡੇ ਹੋ ਜਾਂਦੇ ਹਨ।
- ਅਰਦਾਸ ਵਿੱਚ ਸਮੁੱਚਾ ਸਿੱਖ ਇਤਿਹਾਸ ਅਤੇ ਸਿੱਖ ਸੋਚ ਸਮਾਈ ਹੋਈ ਹੈ। ਅਰਦਾਸ ਸਾਨੂੰ ਇਸ ਦੀ ਯਾਦ ਦਿਵਾਉਂਦਾ ਹੈ ਤਾਂ ਜੋ ਅਸੀਂ ਇਸ ਤੋਂ ਸੇਧ ਲਈਏ।
- ਅਰਦਾਸ ਕਿਤੇ ਵੀ ਕੀਤੀ ਜਾ ਸਕਦੀ ਹੈ, ਸਿਰਫ ਗੁਰਦੁਆਰੇ ਵਿੱਚ ਹੀ ਨਹੀਂ।
- ਅਰਦਾਸ ਦੀ ਸ਼ੁਰੂਆਤ ਗੁਰੂ ਗੋਬਿੰਦ ਸਿੰਘ ਜੀ ਨੇ ਕੀਤੀ ਸੀ। ਸਿੱਖ ਪੰਥ ਦੁਆਰਾ ਸਮੇਂ ਦੇ ਨਾਲ ਇਸ ਵਿੱਚ ਵਾਦਾ ਕੀਤਾ ਗਿਆ ਸੀ। ਉਦਾਹਰਣ ਵਜੋਂ, ਨਨਕਾਣਾ ਸਾਹਿਬ ਦਾ ਹਵਾਲਾ 1947 ਤੋਂ ਬਾਅਦ ਜੋੜਿਆ ਗਿਆ ਸੀ।
- ਸਿੱਖ ਅਰਦਾਸ:

> ੴ ਵਾਹਿਗੁਰੂ ਜੀ ਕੀ ਫ਼ਤਹਿ॥ ਸ੍ਰੀ ਭਗੌਤੀ ਜੀ ਸਹਾਇ॥
> ਵਾਰ ਸ੍ਰੀ ਭਗੌਤੀ ਜੀ ਕੀ ਪਾਤਸ਼ਾਹੀ 10॥
> ਪ੍ਰਿਥਮ ਭਗੌਤੀ ਸਿਮਰਿ ਕੈ ਗੁਰੂ ਨਾਨਕ ਲਈਂ ਧਿਆਇ॥
> ਫਿਰ ਅੰਗਦ ਗੁਰੂ ਤੇ ਅਮਰਦਾਸੁ ਰਾਮਦਾਸੈ ਹੋਈਂ ਸਹਾਇ॥
> ਅਰਜਨ ਹਰਗੋਬਿੰਦ ਨੂੰ ਸਿਮਰੌਂ ਸ੍ਰੀ ਹਰਿਰਾਇ॥
> ਸ੍ਰੀ ਹਰਿਕ੍ਰਿਸ਼ਨ ਧਿਆਇਐ ਜਿਸ ਡਿਠੈ ਸਭਿ ਦੁਖ ਜਾਇ॥
> ਤੇਗ ਬਹਾਦਰ ਸਿਮਰਿਐ ਘਰ ਨਉ ਨਿਧਿ ਆਵੈ ਧਾਇ॥

ਸਭ ਥਾਂਈ ਹੋਇ ਸਹਾਇ॥
ਦਸਵਾਂ ਪਾਤਸ਼ਾਹ ਸ੍ਰੀ ਗੁਰੂ ਗੋਬਿੰਦ ਸਿੰਘ ਸਾਹਿਬ ਜੀ ਸਭ ਥਾਂਈ ਹੋਇ ਸਹਾਇ॥
ਦਸਾਂ ਪਾਤਸ਼ਾਹੀਆਂ ਦੀ ਜੋਤ ਸ੍ਰੀ ਗੁਰੂ ਗ੍ਰੰਥ ਸਾਹਿਬ ਜੀ ਦੇ ਪਾਠ ਦੀਦਾਰ ਦਾ ਧਿਆਨ ਧਰ ਕੇ ਬੋਲੋ ਜੀ ਵਾਹਿਗੁਰੂ॥

ਪੰਜਾਂ ਪਿਆਰਿਆਂ, ਚੌਹਾਂ ਸਾਹਿਬਜ਼ਾਦਿਆਂ, ਚਾਲੀਆਂ ਮੁਕਤਿਆਂ, ਹਠੀਆਂ ਜਪੀਆਂ, ਤਪੀਆਂ, ਜਿਨ੍ਹਾਂ ਨਾਮ ਜਪਿਆ, ਵੰਡ ਛਕਿਆ, ਦੇਗ ਚਲਾਈ, ਤੇਗ ਵਾਹੀ, ਦੇਖ ਕੇ ਅਣਡਿੱਠ ਕੀਤਾ, ਤਿਨ੍ਹਾਂ ਪਿਆਰਿਆਂ, ਸਚਿਆਰਿਆਂ ਦੀ ਕਮਾਈ ਦਾ ਧਿਆਨ ਧਰ ਕੇ, ਖ਼ਾਲਸਾ ਜੀ ! ਬੋਲੋ ਜੀ ਵਾਹਿਗੁਰੂ ! ਜਿਨ੍ਹਾਂ ਸਿੰਘਾਂ ਸਿੰਘਣੀਆਂ ਨੇ ਧਰਮ ਹੇਤ ਸੀਸ ਦਿੱਤੇ, ਬੰਦ ਬੰਦ ਕਟਾਏ, ਖੋਪਰੀਆਂ ਲੁਹਾਈਆਂ, ਚਰਖੜੀਆਂ ਤੇ ਚੜ੍ਹੇ, ਆਰਿਆਂ ਨਾਲ ਚਿਰਾਏ ਗਏ, ਗੁਰਦੁਵਾਰਿਆਂ ਦੀ ਸੇਵਾ ਲਈ ਕੁਰਬਾਨੀਆਂ ਕੀਤੀਆਂ, ਧਰਮ ਨਹੀਂ ਹਾਰਿਆ, ਸਿੱਖੀ ਕੇਸਾਂ ਸੁਆਸਾਂ ਨਾਲ ਨਿਬਾਹੀ, ਤਿਨ੍ਹਾਂ ਦੀ ਕਮਾਈ ਦਾ ਧਿਆਨ ਧਰ ਕੇ ਖ਼ਾਲਸਾ ਜੀ ਬੋਲੋ ਜੀ ਵਾਹਿਗੁਰੂ !

ਪੰਜਾਂ ਤਖ਼ਤਾਂ, ਸਰਬੱਤ ਗੁਰਦੁਆਰਿਆਂ ਦਾ ਧਿਆਨ ਧਰ ਕੇ ਬੋਲੋ ਜੀ ਵਾਹਿਗੁਰੂ !

ਪ੍ਰਿਥਮੇ ਸਰਬੱਤ ਖ਼ਾਲਸਾ ਜੀ ਕੀ ਅਰਦਾਸ ਹੈ ਜੀ, ਸਰਬੱਤ ਖ਼ਾਲਸਾ ਜੀ ਕੋ ਵਾਹਿਗੁਰੂ, ਵਾਹਿਗੁਰੂ,ਵਾਹਿਗੁਰੂ ਚਿਤ ਆਵੇ, ਚਿੱਤ ਆਵਨ ਕਾ ਸਦਕਾ ਸਰਬ ਸੁਖ ਹੋਵੇ। ਜਹਾਂ ਜਹਾਂ ਖ਼ਾਲਸਾ ਜੀ ਸਾਹਿਬ, ਤਹਾਂ ਤਹਾਂ ਰਛਿਆ ਰਿਆਇਤ, ਦੇਗ ਤੇਗ ਫ਼ਤਹ, ਬਿਰਦ ਕੀ ਪੈਜ, ਪੰਥ ਕੀ ਜੀਤ, ਸ੍ਰੀ ਸਾਹਿਬ ਜੀ ਸਹਾਇ, ਖ਼ਾਲਸੇ ਜੀ ਕੇ ਬੋਲ ਬਾਲੇ, ਬੋਲੋ ਜੀ ਵਾਹਿਗੁਰੂ !

ਸਿੱਖਾਂ ਨੂੰ ਸਿੱਖੀ ਦਾਨ, ਕੇਸ ਦਾਨ, ਰਹਿਤ ਦਾਨ, ਬਿਬੇਕ ਦਾਨ, ਵਿਸਾਹ ਦਾਨ, ਭਰੋਸਾ ਦਾਨ, ਦਾਨਾਂ ਸਿਰ ਦਾਨ, ਨਾਮ ਦਾਨ ਸ੍ਰੀ ਅੰਮ੍ਰਿਤਸਰ ਜੀ ਦੇ ਇਸ਼ਨਾਨ, ਚੌਂਕੀਆਂ, ਝੰਡੇ, ਬੁੰਗੇ, ਜੁਗੋ ਜੁਗ ਅਟੱਲ, ਧਰਮ ਕਾ ਜੈਕਾਰ, ਬੋਲੋ ਜੀ ਵਾਹਿਗੁਰੂ !

ਸਿੱਖਾਂ ਦਾ ਮਨ ਨੀਵਾਂ, ਮਤ ਉੱਚੀ ਮਤ ਦਾ ਰਾਖਾ ਆਪਿ ਵਾਹਿਗੁਰੂ। ਹੇ ਅਕਾਲ ਪੁਰਖ ਆਪਣੇ ਪੰਥ ਦੇ ਸਦਾ ਸਹਾਈ ਦਾਤਾਰ ਜੀਓ ! ਸ੍ਰੀ ਨਨਕਾਣਾ ਸਾਹਿਬ ਤੇ ਹੋਰ ਗੁਰਦੁਆਰਿਆਂ ਗੁਰਧਾਮਾਂ ਦੇ, ਜਿਨ੍ਹਾਂ ਤੋਂ ਪੰਥ ਨੂੰ ਵਿਛੋੜਿਆ ਗਿਆ ਹੈ, ਖੁਲ੍ਹੇ ਦਰਸ਼ਨ ਦੀਦਾਰ ਤੇ ਸੇਵਾ ਸੰਭਾਲ ਦਾ ਦਾਨ ਖ਼ਾਲਸਾ ਜੀ ਨੂੰ ਬਖਸ਼ੋ।

> ਹੇ ਨਿਮਾਣਿਆਂ ਦੇ ਮਾਣ, ਨਿਤਾਣਿਆਂ ਦੇ ਤਾਣ, ਨਿਓਟਿਆਂ ਦੀ ਓਟ, ਸੱਚੇ ਪਿਤਾ, ਵਾਹਿਗੁਰੂ! ਆਪ ਦੇ ਹਜ਼ੂਰ (ਅਰਦਾਸ ਕਰਨ ਵਾਲੇ ਦਾ ਨਾਮ) ਦੀ ਅਰਦਾਸ ਹੈ ਜੀ।
>
> ਅੱਖਰ ਵਾਧਾ ਘਾਟਾ ਭੁੱਲ ਚੁੱਕ ਮਾਫ਼ ਕਰਨੀ। ਸਰਬੱਤ ਦੇ ਕਾਰਜ ਰਾਸ ਕਰਨੇ। ਸੇਈ ਪਿਆਰੇ ਮੇਲ, ਜਿਨ੍ਹਾਂ ਮਿਲਿਆ ਤੇਰਾ ਨਾਮ ਚਿਤ ਆਵੇ। ਨਾਨਕ ਨਾਮ ਚੜ੍ਹਦੀ ਕਲਾ, ਤੇਰੇ ਭਾਣੇ ਸਰਬੱਤ ਦਾ ਭਲਾ।

- ਅਰਦਾਸ ਤੋਂ ਬਾਅਦ ਮੱਥਾ ਟੇਕੋ। ਫੇਰ 'ਵਾਹਿਗੁਰੂ ਜੀ ਕਾ ਖ਼ਾਲਸਾ, ਵਾਹਿਗੁਰੂ ਜੀ ਕੀ ਫ਼ਤਹਿ' ਤੇ ਜੈਕਾਰਾ 'ਬੋਲੇ ਸੋ ਨਿਹਾਲ ਸਤਿ ਸ੍ਰੀ ਅਕਾਲ' ਛਡਿਆ ਜਾਵੇ।

ਅਰਦਾਸ ਵਿੱਚ ਸਮੁੱਚਾ ਸਿੱਖ ਇਤਿਹਾਸ ਅਤੇ ਸਿੱਖ ਸੋਚ ਸਮਾਈ ਹੋਈ ਹੈ।
ਅਰਦਾਸ ਸਾਨੂੰ ਇਸ ਦੀ ਯਾਦ ਦਿਵਾਉਂਦਾ ਹੈ ਤਾਂ ਜੋ ਅਸੀਂ ਇਸ ਤੋਂ ਸੇਧ ਲਈਏ।

ਹੋਰ ਪੜ੍ਹੋ

Insights into Sikh Religion and History
By Prof. Gurdarshan Singh Dhillon

India Commits Suicide
By Prof. Gurdarshan Singh Dhillon

Hijacking of Sikhi
By Dr. Karminder Singh Dhillon

The Sikhs of the Punjab: Unheard Voices of State and Guerilla Violence
By Joyce Pettigrew

Life Of Banda Singh Bahadur Based On Contemporary And Original Records
By Dr. Ganda Singh

Royals and Rebels: The Rise and Fall of the Sikh Empire
By Priya Atwal

Toward a Libertarian Society
By Walter Block

A Short History of the Sikhs
By Prof. Teja Singh and Prof. Ganda Singh

Prosperity:
What, how, who, when
By Avneet Singh

The Untold Story Of India Partition: The Shadow Of The Great Game

By Narendra Singh Sarila

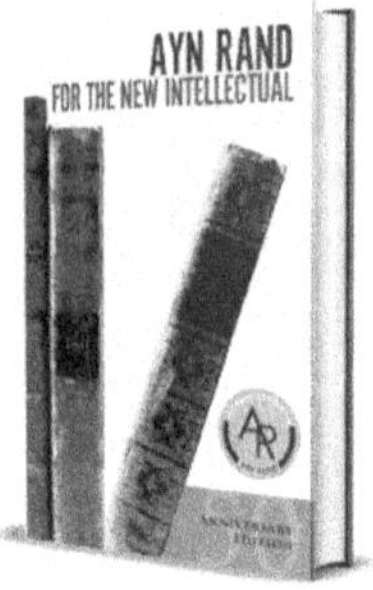

For the New Intellectual

By Ayn Rand

From Genocide to Self-Determination The Sikh Case

By Anup Singh Choudry

The Truth about Punjab

By Prof. Gurdarshan Singh Dhillon

Talks@ASC:

Compilation of talks on contemporary Sikh issues at American Sikh Council

By Avneet Singh

Malevolent Republic

By K.S. Komireddi

Soft Target: The real story behind the Air India disaster

By Zuhair Kashmeri, Brian McAndrew

Why Nations Fail: The Origins of Power, Prosperity, and Poverty

By Daron Acemoglu, James A. Robinson

Love Triumphs: Guru Nanak's Way for our world Today

By Avneet Singh

Bibliography

(1939). In P. G. Singh, *Maharaja Ranjit Singh* (pp. 223, 225).

Andrew North. (2024). *An Idiot's Guide to Damascus Steel Knives*. Retrieved from https://www.nothingbutknives.com/guide-to-damascus-steel-knives/

Andy Extance. (2016). *Raiders of the lost steel*. Retrieved from https://www.chemistryworld.com/features/raiders-of-the-lost-steel/9344.article

Armstrong, K. (2001). In *The Battle for God by* (p. 499).

BBC History. (2020). *Who is the greatest leader in world history?* Retrieved from https://www.historyextra.com/magazine/who-greatest-leader-world-history/

Bernard D. Nossiter. (1970, Jan). *Soft State: A Newspaperman's Chronicle of India*. Retrieved from https://www.amazon.com/-/es/Bernard-D-Nossiter/dp/0060132140

CONGRESSIONAL RECORD - Dan Burton. (1998). *CONGRESSIONAL RECORD*. Retrieved from https://www.congress.gov/105/crec/1998/09/23/CREC-1998-09-23-pt1-PgE1782.pdf

Dr Karminder Singh Dhillon. (2020). *Ek Oangkar*. Retrieved from https://www.youtube.com/watch?v=N3kV5Iyoh7M

Dr. Karminder Singh Dhillon. (2024). *Guru Nanak's Concept of God*. Retrieved from https://sikhivicharforum.org/2024/04/22/guru-nanaks-concept-of-god/

Dr. Karminder Singh Dhillon, The Hijackers of Sikhi. (2018, Sep). *The Hijackers of Sikhi*. Retrieved from https://sikhivicharforum.org/2018/09/24/sikhi-hijacked-part-four/

English Heritage. (2023). *SINGH, PRINCESS SOPHIA DULEEP (1876–1948)*. Retrieved from https://www.english-heritage.org.uk/visit/blue-plaques/sophia-duleep-singh/

Francisco Pelsaert. (1925). *Jahangir's India, the Remonstrantie of Francisco Pelsaert.*

GB Stamps. (2018). *Votes For Women*. Retrieved from http://www.collectgbstamps.co.uk/explore/issues/?issue=22781

Gian Singh (soldier), Wikipedia. (2025). *Gian Singh (soldier)*. Retrieved from https://en.wikipedia.org/wiki/Gian_Singh_(soldier)

Gurdeep Kaur. (2019). *The Idea of Good Governance Brought in Practice by Maharaja Ranjit Singh : An Appraisal*. Retrieved from https://rjhssonline.com/HTMLPaper.aspx?Journal=Research+Journal+of+Humanities+and+Social+Sciences%3bPID%3d2019-10-1-35

Guru Granth Sahib. (2025). *Guru Granth Sahib*. Retrieved from https://www.srigranth.org/servlet/gurbani.gurbani?Action=Page&Param=1

Guru Granth Sahib, Internet Archive. (2023). *Guru Granth Sahib*. Retrieved from https://archive.org/details/guru-granth-sahib-ji/Guru_Granth_Sahib_Ji/page/੬/mode/2up

J.D. Verhoeven, A.H. Pendray, and W.E. Dauksch. (1998). *The Key Role of Impurities in Ancient Damascus Steel Blades*. Retrieved from https://www.tms.org/pubs/journals/jom/9809/verhoeven-9809.html

Jim Beckerman - northjersey.com. (2018). *Read your history. Sikhs are defenders — not destroyers — of Western civilization*. Retrieved from https://www.northjersey.com/story/news/2018/07/27/sikhs-defenders-western-civilizations/841737002/

K.S. Komireddi. (2020, Dec). *Malevolent Republic: A Short History of the New India*. Retrieved from https://www.amazon.com/Malevolent-Republic/dp/178738005X

Khalistan Referendum, Wikipedia. (2025). *Khalistan_Referendum*. Retrieved from https://en.wikipedia.org/wiki/Khalistan_Referendum

Khalsa Capital, Lohgarh Trust. (2-26). *Khalsa Capital*. Retrieved from https://lohgarh.com/khalsa-capital/

Leitner. (1883). *History Of Indigenous Education In The Punjab*. Retrieved from https://archive.org/details/dli.ernet.469581/page/n585/mode/2up
Location, Lohgarh Trust. (2026). *Location*. Retrieved from https://lohgarh.com/location/
Lohgarh Zone-52 advance forts, Lohgarh Trust. (2026). *Lohgarh Zone-52 advance forts*. Retrieved from https://lohgarh.com/services/lohgarh-zone-52-advance-forts/
Mark Tully. (2003). *Golden Temple at last*. Retrieved from http://news.bbc.co.uk/2/hi/south_asia/3106297.stm
Mohindra Chowdhry, Bristol Live. (2019). *Bristol's Sikh soldiers honoured in new book from city author*. Retrieved from https://www.bristolpost.co.uk/news/bristol-news/mohindra-singh-chowdhry-sikh-book-3093672
Nand Singh, Wikipedia. (2025). *Nand Singh*. Retrieved from https://en.wikipedia.org/wiki/Nand_Singh
Peter Schiff, YouTube. (2022). *Government Solutions Worsen Every Problem Government Creates - Ep 791*. Retrieved from https://www.youtube.com/watch?v=_gYMj_uDxAY
Peter Turchin. (2024, Feb). *End Times*. Retrieved from https://peterturchin.com/academic-talk/peter-turchin-end-times/
Prof. Gurdarshan Singh Dhillon. (1974). *EVOLUTION OF THE DEMAND FOR A SIKH HOMELAND*. Retrieved from https://www.jstor.org/stable/41852106?origin=JSTOR-pdf
Prof. Gurdarshan Singh Dhillon, India commits suicide. (1993). *India commits suicide*. Retrieved from https://archive.org/details/indiacommitssuic0000unse
Russell, B. (1938). In *Power: A new Social Analysis* (pp. 26, 214).
Sikh Samridhi. (2025). *Guru Granth Sahib*. Retrieved from https://sikhsamridhi.com/en/srigurugranthsahib
SikhWiki. (2025). *Full_Zafarnama*. Retrieved from https://www.sikhiwiki.org/index.php/Full_Zafarnama
Singh, P. G. (1935). In *Life of Banda Singh Bahadar, based on contemporary and original records* (pp. 86, 241, 242, 251, 252).
Wikipedia. (2025). *Independent States. Sikh Confederacy (Misls). Anonymous. AR Gobindshahi Rupee*. Retrieved from https://en.wikipedia.org/wiki/File:INDIA,_Independent_States._Sikh_Confederacy_(Misls)._Anonymous._AR_Gobindshahi_Rupee_(20.7mm,_11.38_g,_5h)._Dar_al-Sultanat_Lahore_mint._Dated_VS_1822_(AD_1765)._Good_VF._(1549_1).jpg

www.ingramcontent.com/pod-product-compliance
Lightning Source LLC
LaVergne TN
LVHW082233051026
849532LV00012B/3973
* 9 7 9 8 2 1 8 9 3 3 6 3 0 *